U0088106

超簡單！

Siêu Đơn Giản!

最實用的 旅遊越語

Tiếng Việt Du Lịch Thiết Thực Nhất

國家圖書館出版品預行編目資料

超簡單!最實用的旅遊越語 / 阮氏春鵬編著
-- 初版. -- 新北市 : 雅典文化, 民111. 02
面 ; 公分. --（無國界；01）
ISBN 978-626-95467-1-8(平裝)

1. 越南語 2. 旅遊 3. 會話

803. 7988   110021053

無國界系列　01

超簡單!最實用的旅遊越語

編著／阮氏春鵬
責任編輯／阮氏平
美術編輯／鄭孝儀
封面設計／林鈺恆

法律顧問：方圓法律事務所／涂成樞律師

總經銷：永續圖書有限公司
永續圖書線上購物網

www.foreverbooks.com.tw

出版日／2022年02月

雅典文化

22103　新北市汐止區大同路三段194號9樓之1
TEL　（02）8647-3663
FAX　（02）8647-3660

出
版
社

→ 到越南不再比手畫腳
Tới Việt Nam không còn phải hoa tay múa chân nữa.

出國最害怕什麼？

是不是通關時不曉得如何和機場人員溝通？

是不是購物時不知道如何表達自己的需求？

是不是觀光時不知道如何買票？

是不是搭車時不知道如何轉車？

是不是害怕自己迷路了？

以上的問題都是在你不會説越南語的情況下才會發生的。但是不會説越南語難道就不能去越南自助旅行、觀光、出差、唸書嗎？能幫您解決了上述所有問題。

包含以下單元：

Unit 01 搭飛機

Unit 02 旅館住宿

Unit 03 飲食

Unit 04 速食店點餐

Unit 05 購物

Unit 06 搭乘交通工具

每一個單元都有最簡單實用的情境會話，以及相關的類似說法：「你還可以這麼說」以及「對方也可以這麼說」，只要根據您的需求尋找目錄上標示的情境主題，您就可以輕鬆搞定越南話。

→ 越南語發音系統介紹
Giới thiệu bảng chữ cái và cách phát âm tiếng Việt

越南語字母共有29個：其中12個是母音，17個子音。除了29個字母還有11個複子音（大部分是由兩個子音以上結合，只有 Gi 和 Qu 是子音與母音結合）。

001

1. 12 個母音

大　　寫	A	Ă	Â	E	Ê	I	O	Ô	Ơ	U	Ư	Y
小　　寫	a	ă	â	e	ê	i	o	ô	ơ	u	ư	y
發音相同的注音符號(參考)	ㄚ	ㄚˊ	ㄜˊ	ㄝ	ㄝˊ	ㄧ	ㄛ ㄨ ㄚˋ	ㄛ	ㄜ	ㄨ	無	ㄧ

2. 17 個子音

大　　寫	B	C	D	Đ	G	H	K	L	M	N	P	Q	R	S	T	V	X
小　　寫	b	c	d	đ	g	h	k	l	m	n	p	q	r	s	t	v	x
發音相同的注音符號(參考)	ㄅˋ	ㄍˋ	ㄗㄜˋ	ㄉˋ	ㄍˋ	ㄏˋ	ㄍㄚˋ	ㄌˋ	ㄇˋ	ㄋˋ	ㄅˋ	ㄍㄨˋ	ㄖ+ㄦ	ㄗㄜˋ	ㄅˋ	無	ㄗㄜˋ

3. 11 個複子音

大　　寫	CH	GH	KH	NH	PH	TH	NG	NGH	GI	TR	QU
小　　寫	ch	gh	kh	nh	ph	th	ng	ngh	gi	tr	qu
發音相同的注音符號(參考)	ㄗㄜˋ	ㄍˋ	ㄎˋ	無	ㄈㄜˋ	ㄊㄜˋ	無	無	無	ㄓㄜˋ	ㄍㄨㄛˋ

→聲調介紹

越南語中有六個聲調：

越南語聲調名聲	標調	與越南語相近之國語聲調名聲 (參考)	舉例	發音相同的注音符號 (參考)
Ngang 平聲	無	輕聲	Ba	ㄅㄚ
Huyền 玄聲	\	第三聲	Bà	ㄅㄚˇ
Sắc 銳聲	/	第二聲	Bá	ㄅㄚˊ
Hỏi 問聲	?	第三聲	Bả	ㄅㄚˇ
Ngã 跌聲	~	第二聲	Bã	ㄅㄚˊ
Nặng 重聲	.	第四聲	Bạ	ㄅㄚˋ

PART ❶

→ 搭飛機 Đi máy bay

PART 2

旅館住宿 Ở khách sạn

PART 3

→ 飲食 Đồ ăn

PART 4

→ 速食店點餐 Gọi đồ ăn nhanh

PART ❺

➜ 購物 Mua sắm

PART 6

→ 搭乘交通工具 Tham gia giao thông

PART 7

→ 觀光 Tham quan

PART 8

→ 尋求協助 Tìm sự trợ giúp

PART ⑨

➜和警察的互動
Nói chuyện với cảnh sát

PART 10

→ 發生意外報案
Báo cáo về các trường hợp ngoài ý muốn

PART ⑪

→ 交通事故
Sự cố khi tham gia giao thông

PART 1

搭飛機
Đi máy bay

➡️ 機票 Vé máy bay

🔊 Chào buổi sáng. Đây là hãng hàng
không Vietnam Airline
早安。這是越南航空。

🔊 Tôi muốn đặt vé từ Đài Bắc tới Hà Nội
我要預約從台北到達河內的機票。

你還可以這麼說:
Bạn cũng có thể nói như sau:

▶ Tôi muốn đặt hai vé từ Đài Bắc tới Hà
Nội vào ngày 25 tháng 8.
我要訂兩個人八月廿五日從台北到河內的機票。

➡️ 票價 Giá vé

🔊 Giá vé là bao nhiêu?
機票多少錢?

🔊 Giá vé là mười hai ngàn.
一萬兩千元。

你還可以這麼說:
Bạn cũng có thể nói như sau:

▶ Tôi muốn biết giá vé.
我想要知道票價。

MP3 003

▶ Giá vé một chiều là bao nhiêu?
單程票價是多少錢？

▶ Giá vé từ Đài bắc tới Hà Nội là bao nhiêu?
從台北到河內票價是多少錢？

→行程　Hành trình

📝 Tôi muốn đặt chuyến bay sớm nhất tới Hà Nội vào ngày 1 tháng 5.
我想預訂五月一日到河內的最早航班。

📝 Vâng thưa ông.
好的，先生。

你還可以這麼說：
Bạn cũng có thể nói như sau:

▶ Bạn có chuyến bay nào tới Hà Nội vào ngày 2 tháng 9 không?
你們有九月二日到河內的班機嗎？

▶ Bạn có chuyến bay nào từ Đài Bắc tới Hà Nội vào ngày 2 tháng 9 không?
你們有九月二日從台北到河內的班機嗎？

➜訂機位 Đặt chỗ

例 Có một chuyến bay vào lúc 9 giờ sáng và một chuyến vào lúc 11 giờ sáng
早上九點有一班，還有一班是十一點。

例 Tôi muốn đặt vé chuyến bay lúc 9 giờ sáng.
我要九點的那一個班次。

你還可以這麼說:
Bạn cũng có thể nói như sau:

▶ Tôi muốn đặt vé chuyến bay thẳng.
我要訂直達的班機。

▶ Tôi muốn đặt vé khứ hồi.
我要訂一張來回機票。

▶ Tôi muốn đặt hai vé.
我要訂兩張機票。

▶ Tôi muốn đặt chuyến bay buổi sáng.
我偏好早上的班機。

MP3 004

→ 直達航班 Chuyến bay thẳng

例 Tôi muốn đặt vé chuyến bay thẳng từ Đài Bắc tới Hồ Chí Minh

我想預訂從台北到胡志明的直達航班。

例 Bạn muốn đặt chuyến bay lúc mấy giờ

您偏好什麼時間？

→ 轉機航班 Chuyến bay nối chuyển

例 Tôi muốn đặt chuyến bay nối chuyển.

我要訂需要轉機的班機。

例 Tôi muốn đặt vé chuyến bay nối chuyển tới Hồ Chí Minh

我要訂到胡志明的轉機班機。

例 Tôi muốn dừng giữa chặng ở Hồng Kông.

我比較喜歡在香港轉機。

例 Tôi đang dự định bay từ Đài Loan đến Hồng Kông vào ngày 1 tháng 5 và từ Hồng Kông tới Hồ Chí Mình vào ngày 8 tháng 5

我打算五月一日從台北到香港，五月八日從香港到胡志明。

→ 取消機位　Hủy bỏ đặt chỗ

⑩ Tôi muốn hủy bỏ đặt chỗ
我想取消我的訂位。

⑩ Vâng thưa ông, xin hỏi tên của ông là gì ạ?
好的，先生。請問您的大名？

→ 變更機位　Thay đổi chuyến bay

⑩ Tôi muốn thay đổi chuyến bay.
我想變更我的班機。

⑩ Vâng không vấn đề gì thưa bà.
沒問題，女士。

→ 航班查詢　Tìm chuyến bay

⑩ Bạn muốn ngồi chuyến bay nào ạ?
您想要那一個班次？

例 Làm phiền bạn tìm cho tôi chuyến bay khác vào trước ngày 1 tháng 5.

請你替我找五月一日之前的另一個班機好嗎？

你還可以這麼說：
Bạn cũng có thể nói như sau:

▶ Có hai ghế trống trên chuyến bay lúc 2 giờ chiều.

兩點起飛的飛機還有兩個空位嗎？

▶ Bạn có chuyến bay nào tới Hà Nội vào thứ 2 tuần tới không?

你們有下星期一到河內的班機嗎？

▶ Bạn có thể kiểm tra lịch trình chuyến bay giúp tôi được không

你能替我查班機時刻表嗎？

➜ 確認機位
Xác nhận thông tin đặt chỗ

例 Tôi muốn xác nhận lại thông tin đặt chỗ.

我要確認機位。

例 Vâng thưa ông, xin hỏi tên của ông là gì ạ?

好的，先生。您的大名？

你還可以這麼說:
Bạn cũng có thể nói như sau:

▶ Tôi muốn xác nhận lại thông tin đặt chỗ cho ông Hoàng

我想替黃先生再確認機位。

➜ 詢有關辦理報到的問題
Liên quan đến vấn đề làm thủ tục

例 Tôi có thể làm thủ tục check in bây giờ không?

我現在可以辦理登機嗎？

例 Vâng thưa ông, phiền ông cho xem hộ chiếu và visa ạ.

好的，先生。請給我護照和簽證。

你還可以這麼說:
Bạn cũng có thể nói như sau:

▶ Tôi có thể làm thủ tục check in cho chuyến bay EVA Air- BR 391 ở đâu?
我應該在哪裡辦理EVA Air- BR 391 班機的登機手續？

MP3 006

▶ Tôi phải có mặt ở sân bay lúc mấy giờ
我應該什麼時候到機場？

➔ 辦理報到　Làm thủ tục

例 Tôi muốn làm thủ tục check in.
我要辦理登機。

例 Xin xuất trình hộ chiếu.
請給我護照。

你還可以這麼說:
Bạn cũng có thể nói như sau:

▶ Xin cho tôi tiến hành làm thủ tục check in.
我要辦理登機。

➔ 要求特定機位
Yêu cầu chỗ ngồi cụ thể

例 Đó là ghế gần lối đi có phải không?
這是靠走道的座位嗎？

例 Không phải ạ. Đó là ghế gần cửa sổ.
不，這不是。這是靠窗的座位。

你還可以這麼說：
Bạn cũng có thể nói như sau:

▶ Tôi có thể ngồi ghế gần cửa sổ không?
我可以要靠窗戶的座位嗎？

▶ Tôi không muốn ngồi ghế gần lối đi.
我不要走道的位子。

▶ Tôi muốn ngồi ghế gần lối đi.
我想要一個走道的位子。

▶ Tôi muốn ngồi ghế hạng nhất.
我想要頭等艙的座位。

→行李托運 Hành lý ký gửi

例 Tôi có mang theo hành lý ký gửi.
我有行李要托運。

例 Xin đặt hành lý lên cân.
請把它放在秤上。

你還可以這麼說：
Bạn cũng có thể nói như sau:

▶ Tôi có hai vali.
我有兩件行李箱。

▶ Tôi có thể mang túi đồ này lên máy bay không?

我可以隨身帶這個袋子嗎？

 007

▶ Tôi có thể mang theo bao nhiêu vali hành lý trên chuyến bay của Vietnam Airline?

搭乘越南航空的班機我可帶多少行李箱？

行李超重費用
Phí hành lý quá cân nặng cho phép

例 Phí quá cân là bao nhiêu?

超重費是多少？

例 Bạn phải trả phí quá cân là hai trăm Đài tệ.

那些超重的行李你要付兩百元。

你還可以這麼說：
Bạn cũng có thể nói như sau:

▶ Phí quá cân được tính như thế nào?

你們的行李超重費是多少？

044

→出境登機 Đăng kí xuất cảnh

例 Tôi ngồi chuyến bay của Vietnam Airline.
我要搭乘越南航空公司。

例 Khi nào sẽ bắt đầu làm thủ tục lên máy bay?
什麼時候開始登機?

例 Làm thủ tục lên máy bay lúc mấy giờ
登機時間是什麼時候?

例 Chuyến bay có bay đúng giờ không?
班機準時起飛嗎?

→登機處 Nơi làm thủ tục đăng kí

例 Xin cho hỏi, làm thủ tục lên máy bay ở đâu
請問,我應該到哪裡登機?

例 Cổng lên máy bay ở đâu?
登機門在哪裡?

例 Tôi không biết tôi phải tới đâu để lên máy bay.
我不知我應該在哪裡登機。

MP3 008

→ 走錯登機門
Đi nhầm cổng lên máy bay

例 Tôi có thể giúp gì cho bạn?
需要我幫忙嗎？

例 Tôi nghĩ là tôi tới nhầm cổng lên máy bay.
我想我走錯登機門了。

→ 詢問轉機 Hỏi thông tin chuyến bay nối

例 Tôi có thể tới đâu để hỏi về thông tin chuyến bay nối chuyển?
我可以到哪裡詢問轉機的事？

例 Làm thế nào để tôi làm thủ tục lên chuyến bay nối chuyển?
我要如何轉機？

例 Làm thế nào để tôi làm thủ tục nối chuyển tới Hồ Chí Minh?
我要如何轉機到胡志明？

轉機 Bay nối chuyến

例 Tôi cần làm thủ tục lên chuyến bay nối chuyến.

我要轉機。

例 Tôi cần làm thủ tục lên chuyến bay nối chuyến tới Hồ Chí Minh.

我要轉機到胡志明。

例 Chuyến bay nối của tôi mang số hiệu CX764.

我要轉搭 CX764 班機。

過境 Quá cảnh

例 Chúng ta sẽ dừng chân ở đây trong bao lâu?

我們會在這裡停留多久？

例 Chúng ta ở lại quá cảnh trong bao lâu

過境要停留多久？

例 Tôi ngồi chuyến bay nối mang số hiệu CX764.

我是要搭乘國泰航班 764 號的轉機乘客。

例 Tôi cần tiếp tục bay tới Hồ Chí Minh.
我要繼續前往胡志明。

→ 行李提領的好幫手
Sự trợ giúp khi lấy hành lý

例 Bạn có thể giúp tôi lấy hành lý xuống không?
你可以幫我把我的行李拿下來嗎？

例 Tôi có thể lấy xe đẩy hành lý ở đâu?
哪裡有行李推車？

→ 行李提領 Nhận hành lý

例 Tôi phải tới đâu để lấy hành lý?
我可以在哪裡提領行李？

例 Hành lý của bạn đang ở trên băng chuyền
你的行李在行李傳輸帶上。

你還可以這麼說:
Bạn cũng có thể nói như sau:

▶ Đây là khu vực lấy hành lý của chuyến bay EVA Air- BR 391 phải không?
這是長榮航空391班機的行李提領處嗎?

▶ Tôi có thể lấy hành lý bây giờ không?
我可以現在提領我的行李嗎?

▶ Xin lỗi thưa ông, đây là hành lý của tôi.
先生,抱歉,那是我的行李。

➜ 行李遺失 Mất hành lý

例 Tôi không nhìn thấy hành lý của tôi.
我沒有看見我的行李了。

例 Tôi không tìm thấy hành lý của tôi. Tôi phải làm gì bây giờ?
我找不到我的行李。我應該怎麼辦?

例 Một túi hành lý của tôi không thấy trên băng chuyền.
我的一件行李沒有出來。

MP3 010

➜ 詢找行李遺失申報處
Nơi khai báo thất lạc hành lý

例 Xin cho hỏi nơi khai báo thất lạc hành lý ở đâu?

行李遺失申報處在哪裡？

例 Nó ở đằng kia.

在那裡。

你還可以這麼說：
Bạn cũng có thể nói như sau:

▶ Tôi cần tới đâu để khai báo thất lạc hành lý?

我可以在哪裡找到行李遺失申報處？

▶ Bạn có biết khu vực khai báo thất lạc hành lý ở đâu không?

你知道行李遺失申報處在哪裡嗎？

➜ 登記行李遺失
Khai báo thất lạc hành lý

例 Tôi nghĩ hai vali hành lý của tôi bị thất lạc rồi.

我覺得我的兩件行李遺失了。

例 Làm ơn điền vào mẫu đơn khai báo này.
請填這張申訴表格。

➜形容遺失行李的外觀
Mô tả về hành lý bị thất lạc

例 Làm ơn mô tả đặc điểm nhận dạng của vali hành lý của bạn.
你能形容一下你行李的外觀嗎？

例 Nó là vali cỡ vừa, màu đen.
中等尺寸，黑色的。

➜解決遺失行李的方法
Phương pháp xử lý đối với hành lý bị thất lạc

例 Mất bao lâu thì bạn mới có thể tìm thấy nó?
你們要多久才會找到？

例 Nếu như bạn không tìm lại được hành lý của tôi thì sao?
萬一你們找不到我的行李怎麼辦？

MP3 011

例 Bạn sẽ thông báo cho tôi ngay sau khi bạn tìm thấy chúng chứ?

你們找到它們的時候，可以立刻通知我嗎？

例 Làm ơn chuyển vali hành lý đó tới địa chỉ này.

請將我的行李送到這個地址。

→詢問是否可以兌換貨幣 Hỏi xem có thể đổi tiền không

例 Khu vực đổi tiền ở đâu?

貨幣兌換處在哪裡？

例 Tôi có thể đổi tiền ở đây không?

我可以在這裡兌換錢幣嗎？

例 Bạn có thể đổi séc du lịch thành tiền mặt không?

你可以把旅行支票換成現金嗎？

→兌換成零錢 Đổi tiền lẻ

例 Bạn có thể đổi giúp tôi số tiền này sang tiền lẻ không?

你能把這些兌換為小面額零錢嗎？

例 Bạn muốn đổi bao nhiêu?

您要換成多少？

你還可以這麼說：
Bạn cũng có thể nói như sau:

▶ Bạn có thể giúp tôi đổi đồng tiền này sang mệnh giá nhỏ hơn được không?

能請您將這張紙鈔找開嗎？

→ 兌換成零錢的數目
Số lượng tiền lẻ muốn đổi

例 Bạn muốn đổi bao nhiêu?

你想兌換多少？

例 Đồng tiền này có thể đổi sang mệnh giá nhỏ hơn được không?

這張鈔票能找得開嗎？

你還可以這麼說：
Bạn cũng có thể nói như sau:

▶ Bạn có thể đổi một ngàn Đài tệ thành tiền Việt không?

你能把一千台幣換成越南盾嗎？

MP3 012

▶ Tôi muốn đổi đồng năm trăm ngàn này thành ba đồng một trăm ngàn, hai đồng năm mươi ngàn, và số còn lại là mười ngàn.
我想要將五十萬越南盾兌換成三張十萬、兩張五萬，剩下的是一萬。

▶ Có thể đổi một ít tiền lẻ không?
可以包括一些零錢嗎？

→ 兌換幣值
Loại tiền tệ muốn trao đổi

例 Bạn muộn đổi từ loại tiền gì sang?
你想要用哪一種貨幣兌換？

例 Bạn có thể đổi số tiền này sang Việt Nam đồng giúp tôi không?
你可以把這個兌換為越南盾嗎？

你還可以這麼說：
Bạn cũng có thể nói như sau:

▶ Chỗ tiền này có thể đổi được bao nhiêu tiền Việt?
（兌換）越南盾是多少？

▶ Tôi muốn đổi sang tiền Việt
我想要兌換成越南盾。

▶ Tôi muốn đổi một ít tiền Đài tệ sang tiền Việt.
我要把一些新台幣兌換成越南盾。

▶ Tôi muốn đổi hai vạn Đài tệ sang tiền Việt.
我要把兩萬元台幣換成越南盾。

►幣值匯率 Tỷ giá

例 Tỷ giá là bao nhiêu?
匯率是多少？

例 Hiện tại tỷ giá đổi từ tiền Đài tệ sang tiền Việt là tám trăm hai mươi.
現在新台幣兌換成越南盾的匯率是八百二十。

你還可以這麼說:
Bạn cũng có thể nói như sau:

▶ Hiện tại tỷ giá đang là bao nhiêu?
現在匯率是多少？

▶ Bạn có thể cho tôi biết thủ tục đổi tiền và tỷ giá không?
你能告訴我手續和匯率嗎？

MP3 013

➜機場常見問題 Các vấn đề thường gặp ở sân bay

例 Bạn có thể giúp tôi gọi con qua loa phát thanh được không?

可以幫我廣播呼叫我的孩子嗎？

例 Các bạn có bản đồ trung tâm thành phố không

你們有市中心的地圖嗎？

例 Có bản đồ thành phố miễn phí không?

有沒有免費的城市地圖？

例 Làm thế nào để tới được khách sạn Bốn Mùa?

我要怎麼去四季飯店？

例 Nếu đi taxi tới trung tâm thành phố thì hết bao nhiêu tiền?

坐計程車到市中心要多少錢？

例 Tôi tới đâu để bắt xe bus?

我要在哪裡搭公車？

例 Ở đây có ai biết nói tiếng Trung không?

這裡有沒有會說中文的人？

→ 證件查驗 Kiểm tra giấy tờ

例 Tôi có thể xem hộ chiếu và thẻ visa của quý khách không?

請給我您的護照和簽證。

例 Đây là hộ chiếu và thẻ visa của tôi.

這是我的護照和簽證。

你還可以這麼說:
Bạn cũng có thể nói như sau:

▶ Tôi không tìm thấy thẻ visa.

我找不到我的簽證。

→ 通關 Thông quan

例 Bạn đi du lịch một mình phải không?

你自己來旅遊的嗎?

例 Vâng, tôi tới đây một mình.

是的,我一個人(來的)。

你還可以這麼說:
Bạn cũng có thể nói như sau:

▶ Tôi đi cùng với bố mẹ tôi.

我和我父母一起來的。

🎧 014

▶ Tôi đi theo tour du lịch.
我是跟團的。

→ 入境原因 Lý do nhập cảnh

例 Mục đích của chuyến đi lần này của bạn là gì?
你此行的目的是什麼？

例 Tôi đi công tác.
我是來出差的。

你還可以這麼說：
Bạn cũng có thể nói như sau:

▶ Tôi tới đây du lịch/ ngắm cảnh.
我來這裡觀光/旅行。

▶ Tôi tới đây học tập.
我來唸書的。

▶ Chỉ là du lịch thôi.
只是旅遊。

▶ Tôi chỉ đi qua đây thôi.
我只是路過。

停留時間
Thời gian dừng chân

例 Bạn sẽ dừng chân tại Việt Nam trong bao lâu

您要在越南停留多久？

例 Tôi dự định ở đây tám ngày.

我大約會在這裡停留八天。

你還可以這麼說:
Bạn cũng có thể nói như sau:

▶ Tôi sẽ ở đây hơn một tuần

我會在這裡留一個多星期。

▶ Khoảng ba tuần

大概三個星期。

檢查攜帶的隨身物品
Kiểm tra đồ tùy thân

例 Tại sao bạn mang theo những đồ này?

你為什麼帶這些東西？

例 Chỉ là đồ dùng cá nhân.

只是個人用品。

MP3 015

你還可以這麼說:
Bạn cũng có thể nói như sau:

▶ Chỗ thuốc này là để chuẩn bị cho cả lộ trình du lịch của tôi.
這些藥物是為了這趟旅行而準備的。

▶ Đó chỉ là đồ lưu niệm.
它們只是一些紀念品。

▶ Đồ dùng cá nhân.
私人物品。

➜ 申報商品 Khai báo hàng hóa

例 Bạn có đồ gì cần khai báo không?
有沒有要申報的物品？

例 Không, tôi không có đồ gì cần khai báo.
沒有，我沒有要申報的物品。

你還可以這麼說:
Bạn cũng có thể nói như sau:

▶ Vâng, tôi có bốn chai rượu.
有的，我有四瓶酒。

→ 沒收攜帶物品
Các mặt hàng bị tịch thu

例 Tôi phải tịch thu toàn bộ đồ của bạn.
我必須沒收所有你的東西。

例 Tôi không thể mang theo những đồ sau sao?
我不能帶這些進來？

→ 詢問是否攜帶違禁品
Hỏi xem có đem theo hàng cấm không

例 Bạn có mang theo bất cứ hàng cấm gì không?
有沒有攜帶任何違禁品？

例 Không, tôi không mang hàng cấm.
沒有，我沒有帶。

MP3 016

➔ 繳交稅款 Nộp thuế

例 Bạn phải nộp thuế cho số hàng quá cân.
你要付超重費。

例 Tôi phải trả bao nhiêu tiền thuế cho số hàng đó?
這個要付多少稅金呢？

你還可以這麼說：
Bạn cũng có thể nói như sau:

▶ Tiền thuế là bao nhiêu?
稅金是多少？

▶ Bạn nói bao nhiêu tiền thuế vậy?
你說是多少？

▶ Tôi phải trả như thế nào?
我應該要如何付呢？

➔ 找不到機位 Không tìm được chỗ ngồi

例 Tôi không tìm được chỗ ngồi của mình.
我找不到我的座位。

例 Xin cho tôi xem vé của bạn.
讓我看看你的機票。

帶位 Chỉ dẫn chỗ ngồi

例 Bạn có thể dẫn tôi tới ghế của tôi không?
能請你幫我帶位嗎？

例 Đi dọc theo lối đi này, nó ở bên tay phải của bạn.
順著走道，在你的右手邊。

你還可以這麼說：
Bạn cũng có thể nói như sau:

▶ Bạn có thể chỉ cho tôi biết ghế ngồi của tôi ở đâu không?
你能告訴我我的座位在哪裡嗎？

確認機位 Xác nhận chỗ ngồi

例 Số ghế của tôi là Ahai.
我的機位是是 A2。

例 Đi thẳng về phía trước, bạn sẽ thấy nó ở bên tay trái của bạn.
先直走，你就會看到在你的左手邊。

MP3 017

對方還可以這麼說：
Đối phương cũng có thể nói như sau:

▶ Vâng, nó là ghế ở bên tay trái, cạnh cửa sổ.

好的，是個在左邊靠窗的位子。

→ 換機位 Thay đổi chỗ ngồi

例 Tôi có thể đổi chỗ ngồi không?

我能不能換座位？

例 Tôi e rằng không thể.

不要。

對方還可以這麼說：
Đối phương cũng có thể nói như sau:

▶ Bạn có thể đổi chỗ ngồi với tôi không?

你能和我換座位嗎？

▶ Tôi có thể đổi sang khu vực được phép hút thuốc không?

我們能移到吸菸區嗎？

▶ Tôi muốn đổi sang khu vực không hút thuốc.

我想要換位子到非吸煙區。

➜ 坐錯機位 Ngồi sai chỗ

例 Xin lỗi, đây là ghế của tôi.

抱歉，那是我的位子。

例 Xin lỗi, tôi ngồi sai ghế rồi.

抱歉，我坐錯了。

對方還可以這麼說:
Đối phương cũng có thể nói như sau:

▶ Tôi e rằng đây là ghế của tôi.

這個恐怕是我的座位。

▶ Tôi nghĩ A2 là ghế của tôi.

我覺得A2是我的座位。

➜ 飛機上的行李
Hành lý trên máy bay

例 Xin lỗi, tôi nên để hành lý của mình ở đâu?

抱歉，我應該把我的行李放哪裡？

例 Bạn có thể để hành lý trên khoang hành lý phía trên đầu bạn.

你可以把多出來的行李放在上方的行李櫃裡。

MP3 018

繫緊安全帶 Thắt chặt dây an toàn

例 Thắt dây an toàn như thế nào
我要怎麼繫緊我的安全帶？

例 Để tôi chỉ cho bạn.
我示範給你看。

詢問空服員問題 Hỏi tiếp viên hàng không

例 Bạn có thể giúp tôi chuyện này không?
你能幫我一個忙嗎？

例 Bạn có thể giúp tôi để nó lên khoang hành lý phía trên này không?
您可以幫我把它放進櫃子裡嗎？

例 Nhà vệ sinh ở đâu?
盥洗室在哪裡？

例 Bây giờ tôi có thể ngả ghế ra sau không?
我現在可以將椅背往後靠嗎？

例 Bây giờ tôi có thể hút thuốc không?
我現在可以抽菸嗎？

例 Khi nào tôi có thể mua nước hoa miễn thuế?

我什麼時候可以買免稅香水？

例 Bây giờ là mấy giờ theo giờ Việt Nam?

越南當地時間是幾點鐘？

→ 尋求空服員協助提供物品
Tìm tiếp viên hàng không giúp đỡ cung cấp đồ dùng

例 Tôi thấy lạnh, bạn có thể lấy giúp tôi một cái chăn không

我覺得有一些冷，我能要一條毯子嗎？

例 Vâng, chắc chắn rồi, bạn có cần gối đầu không?

好的，你要不要枕頭？

對方還可以這麼說：
Đối phương cũng có thể nói như sau:

▸ Bạn có báo tiếng Trung không?

你們有中文報紙嗎？

▸ Bạn có thể cho tôi một bộ bài không?

可以給我一副撲克牌嗎？

▸ Bạn có thể lấy cho tôi tai nghe không?

可以給我一副耳機嗎？

▶ Bạn có thể cho tôi một cốc nước không?
我可以要一杯水嗎？

→ 協助操作機器 Hỗ trợ sử dụng các loại máy móc dụng cụ

例 Làm thế nào để bật đèn?
我要怎麼打開這個燈？

例 Để tôi giúp bạn.
我來幫您。

你還可以這麼說：
Bạn cũng có thể nói như sau:

▶ Cái này dùng như thế nào?
這個我要怎麼操作？

▶ Cái này không hoạt động.
這個不能運轉。

→ 用餐時間 Thời gian dùng bữa

例 Chúng ta dùng bữa lúc mấy giờ?
我們幾點用餐？

例 Khoảng bảy giờ.
大約七點鐘。

➜ 詢問餐點選擇 Hỏi về các món ăn có thể lựa chọn

例 Bạn muốn ăn gì cho bữa tối?
晚餐您想吃什麼？

例 Bạn có những món gì?
你們有什麼（餐點）？

➜ 選擇餐點 Chọn món

例 Bạn muốn ăn gì cho bữa tối?
晚餐您想吃什麼？

例 Tôi muốn ăn món thịt bò, cảm ơn!
我要吃牛肉，謝謝。

你還可以這麼說：
Bạn cũng có thể nói như sau:

▶ Bạn có đồ ăn chay không?
你們有素食餐點嗎？

▶ Bạn có mì ăn liền không?
你們有泡麵嗎？

➜ 選擇飲料 Chọn đồ uống

例 Còn ông, thưa ông, ông muốn cà phê hay trà?

先生您呢？咖啡或茶？

例 Xin cho tôi cà phê.

請給我咖啡。

你還可以這麼說：
Bạn cũng có thể nói như sau:

▶ Bạn có thể cho tôi thêm trà không?
我能再多要點茶嗎？

➜ 要求提供飲料 Yêu cầu cung cấp đồ uống

例 Bạn có thể làm ơn cho tôi một cốc nước không?

我能要一杯水嗎？

例 Vâng, tôi sẽ quay lại ngay.

好的，我馬上回來。

你還可以這麼說：
Bạn cũng có thể nói như sau:

▶ Bạn có thể cho tôi một cốc cà phê không?

我可以喝一些咖啡嗎？

▶ Bạn có thể cho tôi một cốc nước cam
không?

我能要一杯柳橙汁嗎？

▶ Bạn có thể cho tôi đồ gì đó để uống không?

我能喝點飲料嗎？

▶ Tôi hơi khát, bạn có thể cho tôi một ít đồ
uống lạnh không?

我有一點口渴，你們有任何冷飲嗎？

▶ Bạn có thể cho tôi một cốc nước ấm
không, đừng quá nóng.

我可以要一杯熱開水嗎？不要太熱。

➜ 在飛機上覺得不舒服
Khi ở trên máy bay cảm thấy không khỏe

例 Bạn nhìn có vẻ không khỏe.

你看起來氣色不太好。

例 Tôi cảm thấy không khỏe.

我覺得不舒服。

MP3 021

你還可以這麼說:
Bạn cũng có thể nói như sau:

▶ Tôi bị say máy bay.
我覺得暈機。

▶ Tôi buồn nôn.
我想吐。

▶ Tôi bị đau ở đây
我這裡痛。

▶ Bạn có túi nôn không?
你有嘔吐袋嗎？

➜ 在飛機上生病
Bị ốm khi đang ở trên máy bay

🈷 Thưa ông, ông không sao chứ ạ?
先生，您還好吧？

🈷 Tôi cần gọi bác sỹ.
我需要醫生。

你還可以這麼說:
Bạn cũng có thể nói như sau:

▶ Tôi bị đau đầu.
我頭痛。

▶ Tôi đau dạ dày.
我胃痛。

▶ Tôi bị sốt rồi.
我發燒了。

PART 2

旅館住宿
Ở khách sạn

022

➤ 詢問空房 Hỏi phòng trống

例 Bạn có phòng hai giường đơn không?
你們有兩張單人床的房間嗎？

例 Vâng, chúng tôi có.
是的，我們有。

你還可以這麼說：
Bạn cũng có thể nói như sau:

▶ Bạn có phòng đơn không?
你們有單人房嗎？

▶ Bạn có phòng đôi không?
你們有床人床的房間嗎？

➤ 旅館客滿
Khách sạn đã hết phòng trống

例 Bạn có phòng hai giường đơn không?
你們有兩張單人床的房間嗎？

例 Tôi xin lỗi thưa ông, chúng tôi không còn phòng trống.
抱歉，先生，我們全部客滿了。

2 旅館住宿

MP3 023

→訂房 Đặt phòng

例 Chúng tôi còn một phòng đôi.
我們目前有一個雙人床房間。

例 Được rồi, tôi đặt phòng đó.
好，我要訂。

你還可以這麼說：
Bạn cũng có thể nói như sau:

▶ Tôi muốn đặt một phòng đơn.
我要一間單人房。

▶ Tôi muốn đặt một phòng có hai giường
đơn.
我要一間有兩張床的雙人房間。

→推薦其他飯店 Đề xuất các khách
sạn khác

例 Bạn có thể đề xuất một khách sạn khác
không?
你可以推薦另一個飯店嗎？

例 Vâng, Ở dãy phố đầu tiên còn có một
khách sạn nữa.
好的。在第一街有另一家飯店。

2 旅館住宿

你還可以這麼說:
Bạn cũng có thể nói như sau:

▶ Xin hỏi quanh đây còn có khách sạn nào khác không?
這附近還有沒有旅館？

→詢問房價 Hỏi về giá phòng

例 Bao nhiêu tiền một đêm?
(住宿)一晚要多少錢？

例 Một đêm bốn trăm ngàn Việt Nam đồng.
一晚要四十萬越南盾。

你還可以這麼說:
Bạn cũng có thể nói như sau:

▶ Giá phòng bao nhiêu vậy?
要多少錢？

▶ Một tuần tôi cần trả bao nhiêu?
一個星期得付多少錢？

▶ Bạn có phòng nào rẻ hơn không?
你們有便宜一點的房間嗎？

▶ Phòng đơn giá bao nhiêu?
單人房多少錢？

→ 房價包括的項目
Giá phòng đã bao gồm các hạng mục dịch vụ gì

例 Giá đó đã bao gồm bữa ăn không?

有包括餐點嗎？

例 Vâng, đã bao tiền ăn thưa ông.

有的先生。

你還可以這麼說:
Bạn cũng có thể nói như sau:

▶ Phí thuê phòng có bao gồm bữa sáng không?

住宿費有包括早餐嗎？

▶ Có bao gồm thuế chưa?

有含稅嗎？

→ 登記住宿 Check in phòng

例 Tôi có thể giúp gì cho ông, thưa ông?

先生，需要我幫忙嗎？

例 Tôi muốn làm thủ tục check in.

我要登記住宿。

你 還 可 以 這 麼 說：
Bạn cũng có thể nói như sau:

▶ Tôi đã đặt phòng cho hai ngày.
我已訂了兩天住宿。

▶ Đây là giấy xác nhận.
這是我的確認單。

➜ 詢問登記住宿的時間
Hỏi về thời gian check in phòng

例 Tôi có thể làm thủ tục check in lúc mấy
giờ?
我什麼時候可以登記住宿？

例 Sau mười một giờ sáng thì lúc nào cũng
được.
早上十一點之後都可以。

你 還 可 以 這 麼 說：
Bạn cũng có thể nói như sau:

▶ Thời điểm làm thủ tục check in là khi nào?
什麼時候可以登記住宿？

MP3 025

→詢問是否預約登記住宿
Hỏi xem có thể đặt lịch đặt phòng trước được không

例 Bạn đã làm thủ tục đặt phòng trước chưa?

您有預約住宿嗎?

例 Vâng tôi đã đặt rồi, Tên tôi là Lâm Văn Tú.

有的,我有預約訂房。我的名字是林文秀。

你還可以這麼說:
Bạn cũng có thể nói như sau:

▶ Không, tôi chưa đặt phòng trước.
沒有,我沒有預約。

→房間的樓層 Phòng ở tầng mấy

例 Phòng ở tầng mấy?
在幾樓?

例 Ở tầng ba.
在三樓。

➤飯店用餐 Dùng bữa tại khách sạn

例 Đây là phiếu ăn sáng của bạn.

這是您的早餐券。

例 Mấy giờ thì có bữa sáng vậy?

早餐什麼時候供應？

你還可以這麼說:
Bạn cũng có thể nói như sau:

▸ Tôi phải tới đâu để dùng bữa sáng.

我應該去哪用餐？

➤沒有早餐券
Không có phiếu ăn sáng

例 Tôi quên không mang theo phiếu ăn sáng.

我忘了帶早餐券。

例 Không vấn đề gì ạ. Phiền bạn đọc cho tôi số phòng là được.

沒關係。只要告訴我房號就好。

你還可以這麼說:
Bạn cũng có thể nói như sau:

▸ Tôi làm mất phiếu ăn sáng rồi.

我把早餐券弄丟了。

MP3 026

→ 表明身分 Chứng minh thân phận

例 Số phòng của bạn là gì?
您的房號是幾號？

例 Tôi là Lâm Văn Tú, phòng sáu một tám.
我是618號房的林文秀。

你還可以這麼說:
Bạn cũng có thể nói như sau:

► Phòng hai không sáu.
這是206號房。

► Số phòng của tôi là ba không không.
我的房間號碼是300。

→ 提供房間鑰匙
Cung cấp chìa khóa phòng

例 Xin đưa cho tôi chìa khóa phòng bảy năm sáu.
房號756。請給我鑰匙。

例 Đây thưa ông.
先生，在這裡。

你還可以這麼說：
Bạn cũng có thể nói như sau:

▶ Tôi muốn lấy chìa khóa phòng bảy năm sáu.

我要拿房號756的鑰匙。

▶ Số phòng của tôi là 756.

我的房間號碼是756。

➜ 早上叫醒服務
Dịch vụ đánh thức vào buổi sáng

例 Xin gọi một cuộc gọi đánh thức tôi lúc tám giờ.

請在八點打電話叫醒我。

例 Vâng thưa ông.

好的，先生。

你還可以這麼說：
Bạn cũng có thể nói như sau:

▶ Xin gọi cuộc gọi đánh thức tôi vào mỗi sáng.

我每一天都要早上叫醒(的服務)。

▶ Bạn có thể gọi đánh thức tôi vào buổi sáng không?

我能有早上叫醒的服務嗎？

MP3 027

→ 客房服務 Phục vụ phòng

例 Tôi có thể giúp gì cho ông không?
先生，有什麼需要我服務的？

例 Tôi muốn lấy thêm một chiếc gối cho phòng năm không bốn.
我要在504房多加一個枕頭。

你還可以這麼說：
Bạn cũng có thể nói như sau:

▶ Bạn có thể mang cho chúng tôi một chai sâm banh không?
你能帶一瓶香檳給我們嗎？

▶ Để xem nào, tôi muốn một phần bánh mì kẹp gà.
我想想，還有我要一份雞肉三明治。

▶ Phòng tôi không có khăn tắm.
我的房裡沒有毛巾。

▶ Phiền bạn mang cho tối mấy cái khăn tắm được không?
請你馬上送幾條毛巾過來好嗎？

➜ 衣物送洗 Giặt là

例 Bạn có dịch vụ giặt là không?
你們有洗衣服務嗎？

例 Xin bỏ chúng vào trong túi bóng và đặt trên giường.
請放在塑膠袋裡，然後放在床上。

2 旅館住宿

你還可以這麼說：
Bạn cũng có thể nói như sau:

▶ Tôi có một ít quần áo cần đem đi giặt là.
我有一些衣服要送洗。

▶ Tôi muốn mang bộ quần áo của tôi đi giặt?
我要把我的西裝送洗。

➜ 拿回送洗衣物
Lấy đồ đã mang đi giặt

例 Khi nào tôi có thể nhận lại đồ?
我什麼時候可以拿回來？

例 Chiều nay.
下午之前就可以。

你還可以這麼說：
Bạn cũng có thể nói như sau:

▶ Chiếc áo khoác tôi gửi đi giặt hôm qua vẫn chưa thấy trả lại.

我昨天送洗的外套還沒送回來。

▶ Mấy giờ thì bạn bắt đầu nhận đồ mang đi giặt?

你們從什麼時候起受理送洗的衣物？

旅館設施出問題
Cơ sở vật chất thiết bị của khách sạn xảy ra sự cố

例 Khóa phòng tôi bị hỏng rồi.

房間的鎖壞了。

例 Máy sấy bị hỏng rồi.

吹風機壞了。

例 Phòng tôi không có nước nóng.

我的房間裡沒有熱水。

例 Toilet có chút vấn đề.

馬桶有點問題。

例 Điện thoại phòng tôi hỏng rồi.

我的電話故障了。

例 Bồn cầu trong phòng tôi hỏng rồi.
我房間的廁所壞了。

例 Bồn cầu bị tắc rồi.
馬桶不能沖水了。

例 Tôi nghĩ là dây tóc bóng đèn hỏng rồi.
我想燈絲壞了。

例 Bị tắc nước rồi.
水流不出來。

例 Chúng tôi hết giấy vệ sinh rồi.
我們沒有衛生紙了。

例 Điều hòa hỏng rồi.
空調壞了。

→ **在房間內打外線電話**
Thực hiện cuộc gọi ngoại tuyến khi ở trong phòng

例 Làm thế nào để tôi có thể gọi điện thoại ra ngoài?
我要怎麼從飯店撥外線出去？

例 Trước tiên hãy ấn số chín, sau đó ấn số điện thoại của người bạn cần gọi.
先撥九，再撥電話號碼。

MP3 029

你還可以這麼說：
Bạn cũng có thể nói như sau:

▶ Có thể dùng đồng xu này để trả tiền phí gọi điện thoại không?

這個硬幣可以打電話嗎？

▶ Có thể cho tôi mượn danh bạ điện thoại không?

可以幫我接查號台嗎？

→ 詢問退房時間
Hỏi về thời gian trả phòng

例 Thời gian trả phòng là khi nào?

退房的時間是什麼時候？

例 Trước mười một giờ sáng.

早上十一點之前。

→ 退房 Trả phòng

例 Tôi muốn trả phòng.

請結帳。

例 Vâng thưa ông.

好的，先生。

你還可以這麼說：
Bạn cũng có thể nói như sau:

▶ Tôi muốn thanh toán tiền phòng.
我要結帳。

➡結帳 Thanh toán

例 Bao nhiêu tiền vậy?
這要收多少錢？

例 Tổng tiền của ông là hai triệu Việt Nam đồng.
您的帳單是兩萬元。

你還可以這麼說：
Bạn cũng có thể nói như sau:

▶ Xin hãy ghi vào hóa đơn tiền phòng giúp tôi.
請算在我的住宿費裡。

▶ Có còn những phụ phí khác nữa không?
是否有其他附加費用？

➔付帳方式
Phương thức thanh toán

例 Ông muốn thanh toán bằng phương thức nào?

先生，您要怎麼付錢呢？

例 Tôi sẽ trả bằng tiền mặt.

我會付現金。

你還可以這麼說：
Bạn cũng có thể nói như sau:

▶ Bằng thẻ tín dụng.

用信用卡付。

▶ Tôi có thể thanh toán bằng séc du lịch không?

我可以付旅行支票嗎？

➔帳單有問題 Hóa đơn có vấn đề

例 Tôi e rằng hóa đơn này có chút sai sót.

帳單恐怕有點問題。

例 Xin lỗi thưa ông, để tôi kiểm tra lại ạ.

抱歉，先生。我看一看。

你 還 可 以 這 麼 說 :
Bạn cũng có thể nói như sau:

▶ Đã gồm phí dịch vụ và thuế chưa?
是否包括服務費和稅金嗎？

▶ Hóa đơn này có vấn đề.
帳單有點問題。

→ 和櫃臺互動
Nói chuyện với nhân viên quầy

例 Tôi có thể giúp gì cho ông, thưa ông?
先生，需要我幫忙嗎？

例 Tôi muốn đổi phòng.
我想換房間。

你 還 可 以 這 麼 說 :
Bạn cũng có thể nói như sau:

▶ Tủ gửi đồ ở đâu?
寄物櫃在哪裡？

▶ Tôi có tin nhắn nào không?
我有任何的留言嗎？

▶ Tôi là Lâm Văn Tú, phòng sáu không hai.
Tôi có tin nhắn nào không?
我是602室的林文秀。有沒有給我的留言？

031

▶ Tôi bị mất chìa khóa phòng.

我遺失了我的房間鑰匙了。

▶ Tôi khóa tôi ở ngoài rồi.

我把自己反鎖在外面。

▶ Làm phiền bạn bảo quản hành lý giúp tôi
   có được không?

請你幫我保管行李好嗎？

▶ Tôi muốn lấy hành lý của mình.

我要拿行李。

▶ Bạn có thể gọi taxi giúp tôi không. Tôi
   phải tới sân bay.

請你幫我叫部計程車好嗎？我要去機場。

PART 3

飲食

Đồ ăn

→ 詢問營業時間
Hỏi thời gian mở cửa

例 Khi nào thì nhà hàng mở cửa/ đóng cửa?
餐廳幾點營業/打烊？

例 Nhà hàng mở cửa lúc mười một
giờ sáng.

餐廳早上十一點開始營業。

對方還可以這麼說：
Đối phương cũng có thể nói như sau:

▶ Nhà hàng đóng cửa lúc mười một giờ tối.
餐廳晚上十一點打烊。

▶ Nhà hàng mở cửa từ mười một giờ sáng
tới mười giờ tối.
餐廳的營業時間從早上十一點到晚上十點。

3
飲食

→ 餐點的種類 Các loại đồ ăn

例 Bạn muốn ăn gì cho bữa tối?
你晚餐想吃什麼？

例 Tôi muốn ăn bánh mỳ.
我們晚餐吃三明治吧！

你還可以這麼說:
Bạn cũng có thể nói như sau:

▶ Tôi muốn ăn bánh mỳ kẹp thịt.
我想吃漢堡。

▶ Tôi muốn ăn gà rán.
我想要吃炸雞。

▶ Tôi nhớ món ăn Đài Loan.
我想念台灣料理。

→邀請用餐 Lời mời dùng bữa

例 Bạn có muốn ăn tối cùng chúng tôi không?
你想和我們一起用餐嗎？

例 Chúng tôi rất muốn nhưng thật tiếc là không thể vì chúng tôi đã có kế hoạch khác rồi
我們很想，但是我們有其他計畫。

➡ 回答是否要用餐
Trả lời có dùng bữa hay không

例 Tôi đói rồi.
我餓了。

例 Chúng ta tìm đồ gì đó để ăn đi.
我們隨便找點東西吃吧！

你還可以這麼說：
Bạn cũng có thể nói như sau:

▶ Nhưng tôi không đói một chút nào cả.
可是我一點都不餓。

▶ Tôi muốn thử một thứ gì đó khác biệt.
我想要試一試一些不一樣的。

▶ Tôi muốn ăn ở ngoài.
我比較喜歡去外面用餐。

➡ 電話訂位 Gọi điện đặt chỗ

例 Tôi muốn đặt chỗ.
我想訂位。

例 Ông muốn đặt chỗ lúc mấy giờ, thưa ông?
先生，(訂)什麼時間？

🎵 033

→ 有事先訂位
Có việc, đặt chỗ trước

🔘 Bạn có đặt chỗ trước không?
你有訂位嗎？

🔘 Vâng tôi đã đặt chỗ lúc sáu giờ.
有的，我訂了六點的位子。

你 還 可 以 這 麼 說 :
Bạn cũng có thể nói như sau:

▸ Vâng, tôi đã đặt chỗ từ hôm qua.
有的，我昨天有訂位。

▸ Vâng tôi đã đặt chỗ rồi.
我們已經有預約。

▸ Số đặt chỗ của tôi là bảy năm sáu.
我的預約代號是 756.

→ 報上訂位姓名
Báo tên người đặt chỗ

🔘 Chào mừng đến với nhà hàng Thế Kỷ
歡迎光臨世紀餐廳。

🔘 Tôi đã đặt chỗ rồi. Tên tôi là Lâm Văn Tú.
我們已經有預約。我的名字是林文秀。

→ 現場訂位 Đặt chỗ trực tiếp

例 Chào mừng đến với nhà hàng Bốn Mùa

歡迎光臨四季餐廳。

例 Tôi muốn đặt chỗ cho năm người.

我想訂五個人的位子。

對方還可以這麼說:
Đối phương cũng có thể nói như sau:

▶ Tôi muốn đặt một bàn cho hai người.

我要二個人的位子。

▶ Chúng tôi có bốn người.

我們有四個人。

3
飲食

→ 詢問用餐人數 Hỏi về số lượng người dùng bữa

例 Xin hỏi có bao nhiêu người?

請問有幾位?

例 Bốn người.

四個人。

你還可以這麼說:
Bạn cũng có thể nói như sau:

034

▶ Có bao nhiêu người?
請問有幾位？

說明用餐人數
Xác nhận về số lượng người dùng bữa

例 Bạn muốn đặt mấy chỗ?
您要訂幾人(的位子)?

例 Một mình tôi.
我一個人。

你還可以這麼說：
Bạn cũng có thể nói như sau:

▶ Cho năm người.
五個人。

▶ Chúng tôi có bốn người.
我們有四個人。

▶ Nhóm chúng tôi có năm người.
我們有五個人。

▶ Một bàn bốn người.
四個人的位子。

詢問餐廳是否客滿
Hỏi xem nhà hàng có còn chỗ trống không

例 Tôi có thể giúp gì cho bạn?

需要我效勞嗎？

例 Bạn có còn bàn trống không?

現在還有空位嗎？

你還可以這麼說：
Bạn cũng có thể nói như sau:

▶ Có còn bàn trống cho chúng tôi không?

有空位給我們嗎？

餐廳客滿 Nhà hàng hết chỗ trống

例 Bạn có còn bàn trống không?

現在還有空位嗎？

例 Tôi xin lỗi, tối nay chúng tôi đã hết bàn trống rồi.

很抱歉，今晚位子都滿了。

對方還可以這麼說：
Đối phương cũng có thể nói như sau:

3
飲食

035

▶ Tối nay không còn bàn trống.
今晚都客滿了。

▶ Tôi sợ rằng tất cả các chỗ của chúng tôi đã có người hết rồi.
恐怕我們所有的位子都坐滿了。

▶ Tôi sợ rằng tối nay các bàn đều đã được đặt trước hết rồi.
今晚的席位恐怕已訂滿了。

▶ Không còn bàn trống nữa.
現在沒有座位。

➡ 詢問是否願意等空位 Hỏi xem có sẵn sàng chờ không

例 Chúng tôi phải đợi bao lâu?
我們要等多久？

例 Bạn có muốn đợi cho tới khi có bàn trống không?
您介意等到有空位嗎？

你還可以這麼說:
Bạn cũng có thể nói như sau:

▶ Tôi sợ rằng bạn phải đợi 40 phút, có được không?

您恐怕要等四十分鐘。可以嗎？

▶ Tôi sẽ gọi cho bạn khi có bàn trống.

有空位時我再叫您。

▶ Bạn có muốn đợi tới lúc đó không?

您要等到那時候嗎？

▶ Bạn có thể đợi ba mươi phút không?

您介不介意等三十分鐘？

➤ 分開座位或併桌 Ngồi tách riêng hoặc ngồi ghép bàn

例 Bạn có muốn ngồi tách riêng không?

您們介不介意分開坐嗎？

例 Vâng, không vấn đề gì.

不會，我不介意。

你還可以這麼說：
Bạn cũng có thể nói như sau:

▶ Bạn có thể ngồi ghép bàn không?

您介不介意和其他人併桌？

MP3 036

→ 等待服務生帶位
Đợi nhân viên phục vụ dẫn vào chỗ ngồi

例 Thưa ông, có người dẫn ông tới chỗ ngồi chưa?

先生，有人為您帶位嗎？

例 Vâng, chúng tôi đã đợi ba mươi phút rồi.

是的，我們已經等了卅分鐘了。

→ 吸菸／非吸菸區
Khu vực hút thuốc/ cấm hút thuốc

例 Bạn muốn ngồi ở đâu?

您喜歡那個位置？

例 Làm ơn cho tôi ngồi ở khu vực không hút thuốc.

非吸菸區。

你還可以這麼說：
Bạn cũng có thể nói như sau:

▶ Khu vực có thể hút thuốc, cảm ơn.

吸菸區，謝謝。

▶ Đâu cũng được.

都可以。

➜ 等待座位安排
Đợi sắp xếp chỗ ngồi

例 Nếu muốn ngồi ở khu vực không hút thuốc, các bạn phải đợi khoảng 20 phút.

要非吸菸區的話，你們大概要等廿分鐘。

例 Không sao, chúng tôi có thể đợi.

沒關係，我們可以等。

你還可以這麼說：
Bạn cũng có thể nói như sau:

▶ Chúng tôi có thể đợi.

我們可以等。

▶ Muộn quá.

太晚了。

➜ 服務生帶位
Nhân viên phục vụ hướng dẫn chỗ ngồi

例 Tôi sẽ đưa bạn tới bàn của bạn.

我帶您入座。

例 Cảm ơn.

謝謝！

MP3 037

對方還可以這麼說:
Đối phương cũng có thể nói như sau:

▶ Xin đi theo lối này.

這邊請。

▶ Bạn chú ý đi cẩn thận nhé.

請小心腳步。

▶ Bây giờ chúng tôi có bàn trống cho bạn rồi.

我們現在有給您的空位了。

▶ Tôi xin lỗi vì đã để bạn chờ lâu.

抱歉讓您久等了。

▶ Tôi vô cùng xin lỗi vì sự chậm trễ này.

非常抱歉耽擱您的時間。

→ 服務生帶到位子上
Nhân viên phục vụ dẫn vào chỗ ngồi

例 Bàn này thế nào thưa ông, phong cảnh chỗ này rất đẹp.

先生,這個位子如何?這裡的風景很棒。

例 Được, tôi thích chỗ này.

好的,我們喜歡。

對方還可以這麼說：
Đối phương cũng có thể nói như sau:

▶ Thưa ông, ông cảm thấy chỗ này thế nào?
先生，您覺得這個位子如何？

▶ Thưa ông, ông có thích chỗ này không?
先生，您喜歡這個位子嗎？

▶ Ông thấy chỗ này ổn chứ?
這個位子好嗎？

座位偏好 Chọn chỗ ngồi

例 Thưa ông, ông muốn ngồi ở đâu?
先生，您想坐哪裡？

例 Ở đằng kìa thì thế nào?
那裡可以嗎？

你還可以這麼說：
Bạn cũng có thể nói như sau:

▶ Xin cho tôi ngồi gần cửa sổ.
請給我靠窗的座位。

▶ Đừng gần cửa ra vào quá.
不要離門口太近。

▶ Nếu có thể, làm ơn cho tôi ngồi gần cửa sổ.
如果有的話，給我靠窗的座位。

038

▶ Chỉ cần không gần lối đi là được.
只要不要靠近走道。

▶ Cách xa nhà vệ sinh.
離盥洗室遠一點。

➜ 指定座位區域
Chỗ ngồi chỉ định

例 Xin mời ngồi.
請坐。

例 Nhưng tôi muốn ngồi gần cửa sổ.
但是我們想要靠窗的位子。

你還可以這麼說:
Bạn cũng có thể nói như sau:

▶ Nhưng tôi muốn ngồi phía ngoài.
但是我想要靠邊的位子。

▶ Nhưng tôi không thích chỗ này. Chỗ này lạnh quá.
但是我不喜歡這個位子。這裡太冷了。

▶ Vậy chỗ trong góc kia có được không?
角落的位子可以嗎？

➔ 不喜歡餐廳安排的座位
Không thích chỗ ngồi được sắp xếp bởi nhà hàng

例 Khu này có được không?

這一區呢？

例 Tôi không thích khu này.

我不喜歡這一區。

你 還 可 以 這 麼 說 :
Bạn cũng có thể nói như sau:

▶ Tôi không nghĩ rằng đây là một chỗ tốt.

我不認為（這個座位好）。

➔ 自行指定座位
Tự chỉ định chỗ ngồi

例 Xin lỗi, chúng tôi có thể ngồi hai chỗ này không?

抱歉，我們可以要這兩個位子嗎？

例 Chắc chắn rồi, xin mời ngồi.

當然可以，請坐。

你 還 可 以 這 麼 說 :
Bạn cũng có thể nói như sau:

MP3 039

▶ Tôi có thể ngồi chỗ này không?
我可以坐這個位子嗎？

▶ Chúng tôi có thể ngồi hai ghế đó không?
我們可以坐那兩個座位嗎？

→ 要求安靜的座位
Yêu cầu chỗ ngồi yên tĩnh

例 Chúng tôi có thể ngồi chỗ yên tĩnh một chút được không?
我們能不能要安靜的座位？

例 Chúng tôi sẽ sắp xếp một chỗ ngồi khác cho các bạn ngay bây giờ.
我馬上為您安排另一個桌子。

你還可以這麼說：
Bạn cũng có thể nói như sau:

▶ Chúng tôi có thể chọn bàn nào yên tĩnh một chút được không?
我們可以選安靜一點的位子嗎？

➡ 無法安排指定座位
Không thể sắp xếp chỗ ngồi theo yêu cầu

🔟 Chúng tôi muốn ngồi gần cửa sổ.

我們想要靠窗的位子。

🔟 Tôi xin lỗi nhưng chúng tôi không còn bàn trống nào khác.

很抱歉，但是我們沒有其他空位了。

對方還可以這麼說：
Đối phương cũng có thể nói như sau:

▶ Bàn đó tôi sợ là có người đặt rồi.

那一桌恐怕有人訂了。

➡ 接受餐廳安排的座位
Chấp nhận chỗ ngồi do nhà hàng sắp xếp

🔟 Chúng tôi không còn chỗ trống khác nữa.

我們沒有其他空位了。

🔟 Được thôi, không sao.

好吧，算了。

MP3 040

→ 入座 Vào vị trí

例 Các vị khách quý, xin mời ngồi.
請坐下，各位先生小姐。

例 Cảm ơn.
感謝您。

你還可以這麼說：
Bạn cũng có thể nói như sau:

▶ Xin mời ngồi thưa bà.
女士，請坐。

→ 入座後提供開水
Sau khi vào chỗ ngồi sẽ cung cấp nước uống

例 Các vị khách quý, xin mời ngồi.
請坐下，各位先生小姐們。

例 Bạn có thể mang cho tôi một cốc nước lọc trước không.
你能先幫我送一杯水來嗎？

你還可以這麼說：
Bạn cũng có thể nói như sau:

▶ Có thể cho tôi một cốc nước lọc không?
我可以要一杯水嗎？

➜ 服務生隨後來點餐
Sau đó người phục vụ sẽ tới giúp bạn gọi món

例 Tôi sẽ quay lại ngay để giúp bạn chọn món.

我待會馬上回來為您服務點餐。

例 Cảm ơn.

謝謝你。

對方還可以這麼說:
Đối phương cũng có thể nói như sau:

▶ Bạn cứ từ từ xem nhé, tôi sẽ quay lại ngay.
慢慢來。我待會再來。

▶ Người phục vụ sẽ tới giúp bạn gọi món.
服務生會來侍候您點菜。

➜ 要求看菜單
Yêu cầu xem thực đơn

例 Xin cho tôi xem thực đơn.
請給我看菜單。

🎵 041

例 Chắc chắn rồi, đây thưa ông.
好的，請看。

→ 提供菜單 Cung cấp thực đơn

例 Thực đơn đây ạ, thưa ông.
這是你們的菜單。

例 Cảm ơn.
謝謝你。

→ 打算慢慢看菜單
Muốn từ từ xem thực đơn

例 Chúng tôi sẽ gọi bạn khi chúng tôi đã chọn món xong.
等我們準備好點餐的時候會讓你知道。

例 Không vấn đề gì, xin quý khách cứ xem từ từ ạ.
沒問題。慢慢來。

你還可以這麼說:
Bạn cũng có thể nói như sau:

▶ Chúng tôi vẫn chưa chọn món xong.
我們現在還沒有要點餐。

▶ Chúng tôi có thể gọi món sau không.
我們可以等一下再點餐嗎？

→ 詢問是否要開始點餐
Hỏi xem có muốn bắt đầu chọn món chưa

例 Bạn muốn gọi món chưa ạ?
您要點餐了嗎？

例 Vâng, tôi muốn một bánh mỳ kẹp thịt.
是的，我要一個漢堡。

對方還可以這麼說:
Đối phương cũng có thể nói như sau:

▶ Bạn đã sẵn sàng để gọi món chưa?
您準備好點餐了嗎？

→ 開始點餐 Bắt đầu chọn món

例 Bạn sẵn sàng để gọi món rồi chứ?
準備好現在要點餐了嗎？

例 Vâng, chúng tôi đã sẵn sàng.
是的，我們準備好了。

042

你還可以這麼說:
Bạn cũng có thể nói như sau:

▶ Tôi muốn một xuất mỳ Ý.

是的，我要點義大利麵。

▶ Vâng, tôi muốn gọi xuất ăn A.

是的，我要A餐。

➜ 尚未決定餐點
Vẫn chưa chọn được món

例 Các bạn đã sẵn sàng để gọi món chưa?

你們準備好點餐了嗎？

例 Xin lỗi, chúng tôi chưa quyết định xong.

對不起，我們還沒有決定。

你還可以這麼說:
Bạn cũng có thể nói như sau:

▶ Tôi chưa quyết định xong.

我還沒有決定。

➜ 餐廳的特餐／招牌菜
Món đặc biệt của nhà hàng/ món
ăn đặc trưng

例 Món đặc biệt hôm nay là món gì vậy

今天的特餐是什麼？

例 Đó là món bò bít tết.

是牛排。

你還可以這麼說:
Bạn cũng có thể nói như sau:

▶ Món đặc biệt của hàng nhà hàng ngày hôm nay là gì vậy?

今天餐廳的特餐是什麼？

▶ Món đặc trưng là món gì?

招牌菜是什麼？

▶ Món đặc trưng của nhà hàng là món gì?

餐廳的招牌菜是什麼？

➔請服務生推薦餐點
Yêu cầu nhân viên phục vụ gợi ý chọn món

例 Bạn có thể gợi ý món gì ngon không?

你有什麼好的推薦嗎？

例 Món mỳ ý rất tuyệt.

義大利麵是最棒的。

MP3 043

你 還 可 以 這 麼 說 :
Bạn cũng có thể nói như sau:

▶ Bạn có gợi ý gì không?
你的建議呢？

▶ Bạn có đề xuất gì không?
你的建議呢？

→ 服務生徵詢推薦餐點
Nhân viên phục vụ gợi ý giúp chọn món

例 Tôi có thể gợi ý một số món không?
我能為您推薦一些嗎？

例 Chắc chắn rồi.
當然好。

你 還 可 以 這 麼 說 :
Bạn cũng có thể nói như sau:

▶ Làm ơn gợi ý cho chúng tôi
請給我們推薦。

▶ Nếu không phiền xin làm ơn gợi ý cho chúng tôi một vài món.
請推薦如果不麻煩的話。

→ 服務生推薦餐點
Nhân viên phục vụ gợi ý chọn món

例 Đồ hải sản có được không?

海鮮如何？

例 Hải sản? Nghe được đó.

海鮮？聽起來不錯。

對方還可以這麼說:
Đối phương cũng có thể nói như sau:

▶ Sao bạn không thử món cá hồi hun khói?

您何不試試煙燻鮭魚？

▶ Bạn có thể thử món đặc trưng của nhà hàng chúng tôi.

您可以試試我們的招牌菜。

3 飲食

→ 對餐點的偏好
Sở thích món ăn

例 Bạn thích thể loại ẩm thực nào? Mỹ hay Ý?

你喜歡哪一種菜餚？美式或義式？

例 Bạn có món Ý nào?

你們義式有那些種類？

MP3 044

你還可以這麼說：
Bạn cũng có thể nói như sau:

▶ Tôi cũng không biết nữa.
我對這些不太清楚。

▶ Tôi thích món ăn Pháp.
我喜歡法式菜。

→ 點服務生介紹的餐點
Chọn món nhân viên phục vụ giới thiệu

例 Bạn nên thử các món hải sản của nhà hàng chúng tôi.
你應要試試我們的海鮮。

例 Nghe hay đó, tôi sẽ chọn một món.
聽起來不錯，我點這一個。

你還可以這麼說：
Bạn cũng có thể nói như sau:

▶ Được rồi, tôi muốn thử món này.
好，我要試這一種。

▶ Tôi chọn món bò bít tết và cô đây chọn món cá hồi.
我要點牛排，小姐要鮭魚。

➜ 餐點售完／無供應
Món ăn đã bán hết/ ngừng cung cấp

例 Tôi muốn chọn bò món bít tết.
我要點沙朗牛排。

例 Tôi xin lỗi, bò bít tết hết rồi.
很抱歉，牛排賣完了。

對方還可以這麼說：
Đối phương cũng có thể nói như sau:

▶ Món này bán hết rồi.
這道菜已經賣完了。

▶ Trên thực đơn không có món này.
菜單上沒有這道菜。

▶ Bò bít tết chỉ bán vào cuối tuần thôi.
牛排只有在週末供應。

3 飲食

➜ 詢問餐點配方
Hỏi về công thức nấu ăn

例 Đây là món gì?
這是什麼菜？

045

例 Đây là món mì bò.

這是牛肉河粉。

▶ Món này làm từ những nguyên liệu gì vậy?

這是什麼配方？

▶ Bạn có món mì hải sản không?

你們有供應海鮮麵嗎？

➜ 服務生解釋餐點調配
Nhân viên phục vụ giải thích về cách nấu món ăn

例 Món này làm từ những nguyên liệu gì vậy ạ?

這是什麼配方？

例 Món này dùng thịt bò hầm với rượu vang đỏ.

那是用紅酒燉煮的牛肉。

▶ Món này có dùng thịt lợn.

這道菜有豬肉。

▶ Món này hương vị rất đậm đà.
這道菜口味很重。

餐點食用人數
Số lượng người dùng bữa

例 Tôi muốn chọn món này cho ba người chúng tôi.
我要點這道餐給我們三個人。

例 Tôi nghĩ rằng món này phù hợp cho hai người hơn ạ.
我覺得這道餐點兩個人食用比較適合。

前菜 Món khai vị

例 Bạn muốn chọn salad gì?
你要什麼沙拉？

例 Trước tiên, tôi muốn món salad rau củ.
首先，我要蔬菜沙拉。

你還可以這麼說:
Bạn cũng có thể nói như sau:

▶ Bạn có những loại salad nào?
您們有什麼樣的沙拉？

→ 介紹沙拉
Giới thiệu món salad

例 Bạn có những loại salad nào?
您們有什麼樣的沙拉？

例 Chúng tôi có salad thập cẩm, salad hải sản, và salad rau củ.
我們有綜合沙拉、海鮮沙拉和蔬菜沙拉。

→ 前菜醬料
Nước sốt món khai vị

例 Bạn muốn dùng loại nước sốt nào ạ?
請問您要哪一種沙拉佐料？

例 Xin cho tôi nước sốt kiểu Pháp.
請給我法式醬料。

你還可以這麼說:
Bạn cũng có thể nói như sau:

▶ Tôi muốn nước sốt Thousand Island.
我要千島醬。

→ 點主菜 Chọn món chính

例 Bạn muốn chọn món gì làm món chính?
您的正餐要點什麼？

例 Tôi muốn chọn bò bít tết.
我要牛排。

對方還可以這麼說：
Đối phương cũng có thể nói như sau:

▶ Món chính là món gì ạ?
您的正餐要點什麼？

▶ Món chính mà bạn chọn là món gì?
主餐您要點什麼？

→ 服務生詢問第二位點餐者
Phục vụ hỏi người chọn món thứ hai

例 Thưa cô, cô muốn chọn món gì ạ?
女士，您要點什麼呢？

例 Tôi muốn thử món gà quay.
我要試試烤雞。

你還可以這麼說：
Bạn cũng có thể nói như sau:

3 飲食

MP3 047

▶ Cả hai chúng tôi đều muốn chọn món bò bít tết.

我們兩個都要牛排。

▶ Tôi muốn một xuất salad thập cẩm và một xuất bít tết thăn bò.

我要一份綜合沙拉和一客沙朗牛排。

→點相同餐點
Chọn món giống nhau

例 Tôi có thể giúp bạn chọn món không?

我可以幫您點餐了嗎？

例 Tôi có thể chọn món giống như thế kia không?

我能點和那個一樣的嗎？

你還可以這麼說：
Bạn cũng có thể nói như sau:

▶ Tôi muốn hai xuất.

點兩份。

▶ Tôi cũng chọn món tương tự.

我也是點相同的餐點。

▶ Tôi muốn chọn món giống như vậy.

我要點一樣的餐。

▶ Tôi cũng muốn chọn món đó.
　我也要那個。

▶ Tôi muốn chọn món này và xuất ăn cho hai người.
　這道菜請給我們來兩人份的。

→ 持續點餐 Tiếp tục chọn món

例 Sau đó bạn muốn chọn món gì nữa không ạ?
　在這個之後您要點什麼？

例 Tôi muốn pizza.
　然後我還要披薩。

對方還可以這麼說：
Đối phương cũng có thể nói như sau:

▶ Bạn còn muốn chọn thêm món gì nữa không ạ?
　然後呢？

→ 不供應特定餐點
Không cung cấp món làm theo chỉ định đặc biệt

048

例 Tôi muốn chọn thêm món mì hải sản

我要點海鮮麵。

例 Tôi xin lỗi nhưng hiện tại chúng tôi không có món mì hải sản.

很抱歉，但是我們現在沒有海鮮麵。

➜ 牛排烹調的熟度
Độ chín của bò bít tết

例 Bạn muốn món bít tết của bạn chín tới mức độ nào?

您的牛排要幾分熟？

例 Tôi muốn chín hoàn toàn.

請給我全熟。

你還可以這麼說：
Bạn cũng có thể nói như sau:

▶ Chín năm mươi phần trăm.

請給我五分熟。

▶ Chín bốn mươi phần trăm.

請給我四分熟。

▶ Chín ba mươi phần trăm.

請給我三分熟。

➜副餐 Món phụ

⑩ Món gì ăn kèm với bít tết?
牛排的副菜是什麼？

⑩ Hành tây và mì
洋蔥圈和麵。

對方還可以這麼說:
Đối phương cũng có thể nói như sau:

► Món này bao gồm trứng rán và rau.
這道餐有煎蛋和蔬菜。

► Có rất nhiều loại món phụ.
有許多種副餐。

➜湯點 Món súp

⑩ Chúng tôi có cả súp loãng và súp đặc.
我們有清湯和濃湯都有。

⑩ Tôi muốn nếm thử món súp hải sản.
我要試一試海鮮湯。

你還可以這麼說:
Bạn cũng có thể nói như sau:

► Tôi muốn chọn món súp hành tây.
我要洋蔥湯。

MP3 049

詢問麵包種類
Hỏi về các loại bánh mỳ

例 Bạn có những loại bánh mỳ nào?
您要哪一種麵包？

例 Bạn có những loại nào?
你們有那些？

你還可以這麼說：
Bạn cũng có thể nói như sau:

▶ Nhà hàng có phục vụ những loại nào?
你們有供應哪些？

甜點介紹
Giới thiệu về món tráng miệng

例 Bạn thích vị nào, quả óc chó hay vani?
您喜歡哪一種口味的，核桃還是香草？

例 Tôi thích vị vani.
香草是我最喜歡的。

→ 要求再提供甜點
Yêu cầu thêm món tráng miệng

例 Và bạn có thể mang cho chúng tôi ít bánh mỳ không?
你能再給我們一些麵包嗎？

例 Vâng, tôi sẽ quay lại ngay.
好的，我馬上回來。

你還可以這麼說:
Bạn cũng có thể nói như sau:

▶ Tôi cũng muốn một ít.
我也要一些。

▶ Làm ơn mang cho tôi thêm một chiếc bánh mỳ kẹp.
請再給我另一份三明治。

→ 詢問甜點種類
Hỏi về các loại đồ tráng miệng

例 Còn món tráng miệng thì sao?
點心呢？

例 Tôi muốn pudding.
我要布丁。

對方還可以這麼說：
Đối phương cũng có thể nói như sau:

 MP3 050

▶ Bạn muốn món tráng miệng nào sau bữa ăn.
正餐後，你要什麼甜點？

→ 點甜點 Chọn món tráng miệng

例 Bạn muốn món tráng miệng nào sau bữa ăn.
正餐後，你要什麼甜點？

例 Tôi muốn một ít bánh quy.
我要一些餅乾。

你還可以這麼說：
Bạn cũng có thể nói như sau:

▶ Tôi muốn ăn kem.
我要點冰淇淋。

▶ Tôi muốn ăn bánh sô cô la.
我要吃巧克力蛋糕。

▶ Tôi muốn ăn bánh phô mai.
我要點起司蛋糕。

→ 詢問是否要點飲料
Hỏi xem có muốn chọn đồ uống hay không

例 Bạn có muốn uống gì không?
你要不要來點飲料？

例 Tôi muốn đồ uống lạnh.
我想要喝點冷飲。

對方還可以這麼說:
Đối phương cũng có thể nói như sau:

► Còn đồ uống thì sao?
飲料呢？

► Bạn muốn uống gì trà hay cà phê?
您要茶還是咖啡？

► Bạn có muốn gọi một chút rượu để uống kèm với đồ ăn không.
您想不想叫點酒配食物？

→ 點酒類飲料 Đặt đồ uống có cồn

例 Bạn muốn chọn loại rượu nào?
您要喝什麼酒？

🎵 051

例 Tôi muốn rượu mạnh.
我要白蘭地酒。

你還可以這麼說:
Bạn cũng có thể nói như sau:

▶ Làm ơn cho tôi ít rượu mạnh.
請給我白蘭地。

▶ Bia là được rồi.
啤酒就好。

➜ 請服務生推薦飲料
Yêu cầu nhân viên phục vụ gợi ý chọn đồ uống

例 Bạn có thể cho tôi một vài gợi ý về đồ uống không?
你對飲料的建議是什麼？

例 Chúng tôi có rượu mạnh và bia.
我們有白蘭地和啤酒。

➜ 點飲料 Chọn đồ uống

⑩ Bạn có muốn thử một cốc trà hoa hồng không? Loại này rất được ưa chuộng.

喝杯玫瑰茶怎麼樣？這個很受歡迎。

⑩ Nghe được đó, tôi sẽ chọn nó.

聽起來很棒。我就點這個。

你還可以這麼說:
Bạn cũng có thể nói như sau:

▶ Hay đó, tôi chọn loại đó.
很有趣。我點這一種。

▶ Tôi chọn cà phê.
就點咖啡。

▶ Xin cho tôi cô ca.
請給我可樂。

➜ 要求再提供飲料
Yêu cầu thêm đồ uống

⑩ Làm ơn lấy cho tôi thêm ít rượu?

我能再多要一些酒嗎？

⑩ Vâng, tôi sẽ quay lại ngay.

是的，我馬上回來。

你還可以這麼說:
Bạn cũng có thể nói như sau:

052

▶ Bạn muốn uống bây giờ hay một lát nữa?
現在要還是待會要？

→ 詢問是否完成點餐
Hỏi xem đã gọi xong đồ ăn chưa

例 Cả hai chúng tôi đều gọi món bít tết thăn bò.
我們兩個都要沙朗牛排。

例 Chỉ hai phần bít tết thăn bò thôi phải không?
兩份沙朗牛排。就這樣嗎？

[對方還可以這麼說]:
Đối phương cũng có thể nói như sau:

▶ Bạn chọn món xong rồi phải không?
您點的就這些嗎？

▶ Có cần thêm gì khác nữa không?
還有沒有要其他餐點？

→ 是否要點其他餐點
Có muốn chọn thêm món
gì nữa không

1
3
6

例 Bạn có muốn gọi thêm món gì nữa không?

您還要點什麼嗎？

例 Tôi nghĩ như vậy là đủ rồi.

我想這就夠了。

對方還可以這麼說:
Đối phương cũng có thể nói như sau:

► Bạn còn cần thêm gì nữa không?

還有沒有要其他餐點？

► Bạn gọi xong món rồi phải không?

就這樣？

► Có cần thêm gì nữa không?

還要不要別的？

3 飲食

提供咖啡的時間
Thời gian mang cà phê lên

例 Khi nào bạn muốn chúng tôi mang cà phê lên? Bây giờ hay một lát nữa?

您什麼時候要上咖啡？現在或稍後？

例 Xin đợi một lát nữa.

請稍後再上。

你 還 可 以 這 麼 說：
Bạn cũng có thể nói như sau:

▶ Xin mang cho tôi ngay bây giờ.
現在就給我。

▶ Hãy mang đồ của tôi lên bây giờ, còn của
cô ấy thì sau bữa ăn.
我的現在上，她的用完餐後上。

→ 確認已點完餐點
Xác nhận đã chọn xong món

例 Bạn đã chọn xong rồi phải không?
就這樣嗎？

例 Vâng, chúng tôi chọn xong rồi.
就這樣了。

你 還 可 以 這 麼 說：
Bạn cũng có thể nói như sau:

▶ Vâng, như vậy là đủ rồi.
是的，就這些。

▶ Như vậy thôi, cảm ơn.
就這樣，謝謝。

→ 服務生完成餐點
Nhân viên phục vụ hoàn tất thủ tục chọn món

例 Vâng, chúng tôi sẽ nhanh chóng mang thức ăn lên.

好的,餐點會盡快為您送上。

例 Cảm ơn!

謝謝!

→ 催促盡快上菜
Thúc giục mang đồ ăn lên càng sớm càng tốt

例 Bạn có thể mang đồ ăn lên càng nhanh càng tốt giúp chúng tôi được không?

你能不能盡快為我們上菜?

例 Vâng, không vấn đề gì ạ.

沒問題。

你還可以這麼說:
Bạn cũng có thể nói như sau:

▶ Bạn có thể mang thức ăn lên nhanh một chút được không?

你能不能快一點為我們上菜?

MP3 054

▶ Tôi đã gọi món từ bốn mươi phút trước, đến giờ vẫn chưa mang đồ ăn lên.
我至少在四十分鐘前點的菜，到現在還沒有來。

▶ Tại sao món bò bít tết của tôi lâu vậy vẫn chưa mang lên?
為什麼我的牛排要這麼久？

➔ 請同桌者遞調味料
Yêu cầu người cùng bàn đưa hộp gia vị

例 Xin lỗi, làm ơn đưa cho tôi lọ muối.
對不起，請遞給我鹽。

例 Vâng, của bạn đây.
當然好，給你。

➔ 服務生詢問是否可以上菜
Nhân viên phục vụ hỏi có thể mang đồ ăn lên được chưa

例 Bây giờ có thể mang đồ ăn lên cho bạn không?
現在可以上您的餐點嗎？

例 Vâng được chứ.

好的，請便。

對方還可以這麼說:
Đối phương cũng có thể nói như sau:

▶ Bây giờ tôi có thể mang món súp lên cho bạn không?

現在可以上湯點嗎？

▶ Bây giờ tôi có thể mang cà phê lên cho bạn không?

現在可以上咖啡嗎？

▶ Bây giờ tôi có thể mang đồ ăn lên cho bạn được không?

我現在可以幫您上菜了嗎？

3
飲
食

➜ 上菜 Mang đồ ăn lên

例 Món này rất nóng. Xin hãy cẩn thận!

這道菜很燙，請小心。

例 Cảm ơn.

謝謝。

對方還可以這麼說:
Đối phương cũng có thể nói như sau:

▶ Xin dùng bữa ạ.

請好好享用。

🎧 055

▶ Món này nên ăn khi còn nóng.
這道餐點最好趁熱吃。

▶ Món này nên chấm với nước sốt này.
請沾這個醬料食用。

→ 服務生上菜時確認點餐者
Khi mang đồ ăn lên nhân viên phục vụ xác nhận người chọn món

例 Bạn gọi bánh mỳ kẹp thịt bò phải không?
您點牛肉三明治，對吧？

例 Không. Món đó là của cô ấy.
不是。那是她點的。

對方還可以這麼說：
Đối phương cũng có thể nói như sau:

▶ Bạn chọn món này phải không?
這是您點的嗎？

▶ Món bò bít tết của ông đây, thưa ông.
先生，您的牛排要上菜了。

➔ 上菜時說明自己的餐點
Khi nhân viên phục vụ mang đồ ăn lên thì nói rõ món mình gọi

⑩ Ai đã chọn món hành tây vậy?
誰點洋蔥圈？

⑩ Món đó của húng tôi. Chúng tôi ăn chung.
他們是我們（點）的。我們要一起吃。

➔ 自行分配點餐
Tự phân chia món

⑩ Món này của ai đây?
誰點的餐？

⑩ Bạn có thể cứ để hết các món lên bàn cho chúng tôi không?
你要不要就放在桌上就好？

你還可以這麼說:
Bạn cũng có thể nói như sau:

▶ Chúng tôi sẽ tự phân chia món.
我們自己會處理。

MP3 056

→送錯餐點 Mang nhầm món

例 Món này không phải món tôi gọi.

這不是我點的餐點。

例 Xin lỗi ông. Tôi sẽ kiểm tra lại đơn của ông.

抱歉，先生。我馬上查您的餐點。

對方還可以這麼說：
Đối phương cũng có thể nói như sau:

► Xin lỗi thưa ông, ông chọn món gì vậy?

先生真對不起，您點的是什麼？

► Tôi rất xin lỗi vì sự nhầm lẫn này.

抱歉弄錯了。

► Tôi sẽ đối chiếu lại đơn của bạn với nhà bếp.

我會和主廚核對您點的菜。

► Xin lỗi ông, tôi sẽ trả món bít tết này lại cho nhà bếp.

非常抱歉，先生，我會把牛排退回給主廚。

少送餐點 Mang thiếu đồ ăn

例 Có phải vẫn còn thiếu một món không?

是不是少送一道餐點？

例 Để tôi xem lại đơn của bạn.

讓我查一查您的菜單。

你還可以這麼說:
Bạn cũng có thể nói như sau:

▶ Tôi nghĩ rằng vẫn còn thiếu một món nữa.

恐怕有一道餐點沒來。

▶ Món hành tây của tôi đâu rồi.

我的洋蔥圈呢？

主餐醬料 Nước sốt món chính

例 Bạn muốn loại nước sốt nào?

您要哪一種醬料？

例 Xin mang cho tôi loại tiêu đen.

請給我黑胡椒。

你還可以這麼說:
Bạn cũng có thể nói như sau:

▶ Tôi muốn chọn cả hai loại nước sốt của
món bò bít tết này.

兩種牛排醬料我都要。

057

→ 侍者斟酒時
Khi người phục vụ rót rượu

例 Xin hãy nói dừng lại khi thấy đủ.
請說夠了。

例 Dừng lại.
夠了。

→喝濃／淡茶 Uống trà đặc/ nhạt

例 Bạn muốn uống trà đặc hay nhạt.
你喝濃茶還是淡茶呢？

例 Làm ơn lấy cho tôi loại đặc.
請給我濃的。

你還可以這麼說：
Bạn cũng có thể nói như sau:

► Tôi muốn uống trà thêm đường.
我喝茶喜歡放糖。

→加奶精 Thêm kem

例 Bạn có muốn thêm sữa vào trà không?
你喝茶要不要加牛奶？

例 Không, tôi không uống trà thêm sữa.
不用，我喝茶不加牛奶。

加糖／不加糖
Thêm đường/ không thêm đường

例 Bạn muốn bỏ mấy viên đường?
要幾塊糖？

例 Xin bỏ hai viên.
請給我兩塊。

你還可以這麼說:
Bạn cũng có thể nói như sau:

▶ Tôi muốn uống cà phê không đường.
我喝咖啡不加糖。

咖啡續杯 Thêm cà phê

例 Bạn có thể lấy cho tôi thêm cốc nữa không?
可以再給我一杯嗎？

例 Tất nhiên rồi, thưa ông.
當然可以，先生。

MP3 058

▶ Tôi có thể lấy thêm cốc nữa không?
我可以續杯嗎？

▶ Xin lỗi, tôi có thể gọi thêm một cốc cà phê nữa không?
抱歉，我能多要一些咖啡嗎？

→ 服務生詢問是否需要協助
Nhân viên phục vụ hỏi có cần giúp đỡ gì không

例 Bạn có cần tôi lấy cho bạn thêm thứ gì đó không?
需要我幫你們拿些其他東西嗎？

例 Vâng, bạn có thể lấy cho tôi một ít khăn giấy không?
嗯，你可以給我們一些紙巾嗎？

▶ Bạn có cần thêm thứ gì khác nữa không?
還需要其他東西嗎？

→ 呼叫服務生
Gọi nhân viên phục vụ

⑩ Xin lỗi.

抱歉。

⑩ Vâng, thưa ông, tôi có thể giúp gì cho ông?

是的,先生,需要我的協助嗎?

你還可以這麼說:
Bạn cũng có thể nói như sau:

▶ Bạn phục vụ ơi.

男/女服務生。

→ 要求提供醬料
Yêu cầu thêm nước sốt

⑩ Bạn có nước tương cà chua không? Tôi nghĩ bình này đã hết rồi.

你們有蕃茄醬嗎?我猜這一瓶的是空的。

⑩ Vâng, chúng tôi có, chúng tôi sẽ mang lên ngay lập tức.

有的,我們有。我馬上拿一些過來。

MP3 059

→請服務生提供新餐具
Yêu cầu nhân viên phục vụ cung cấp bộ đồ ăn mới

例 Tôi làm rơi dĩa, tôi có thể yêu cầu một cái mới không?
我的叉子掉到地上了，我能要一支新的嗎？

例 Tôi sẽ mang một cái mới lên cho bạn.
我會幫您換支新的。

你還可以這麼說:
Bạn cũng có thể nói như sau:

▶ Cái thìa này hơi bẩn.
這支湯匙有一點髒。

▶ Tôi làm rơi thìa xuống sàn.
我的湯匙掉在地上。

▶ Cái cốc này có vết nứt.
這個玻璃杯有裂痕！

▶ Dĩa của tôi bị mẻ.
我的盤子有缺口！

→整理桌面 Dọn bàn

例 Bạn có thể giúp tôi dọn bàn không?
你可以為我們整理一下桌子嗎？

例 Vâng.

好的。

對方還可以這麼說:
Đối phương cũng có thể nói như sau:

► Bạn có thể đợi một chút không?

您可以稍等一下嗎?

► Chắc chắn rồi, tôi sẽ quay lại ngay.

好的。我馬上回來。

→ 詢問是否繼續用餐
Hỏi xem có tiếp tục dùng bữa nữa hay không

例 Bạn đã dùng xong bữa chưa hay vẫn đang ăn ạ?

您用完餐還是要繼續用?

例 Chúng tôi ăn xong rồi.

我們用完了。

你還可以這麼說:
Bạn cũng có thể nói như sau:

► Thưa ông, ông đã dùng xong bữa rồi phải không?

先生,您用完餐了嗎?

🎧 060

→尚在用餐 Vẫn đang dùng bữa

例 Tôi có thể dọn bàn không?

需要我幫您清理桌面嗎？

例 Hãy để lại món đó.

那個留下來。

你還可以這麼說：
Bạn cũng có thể nói như sau:

▶ Tôi vẫn đang ăn.

我還在用。

→取走餐盤 Dọn đĩa

例 Xin lỗi, tôi có thể dọn chiếc đĩa này không?

抱歉，我可以收走您的盤子了嗎？

例 Vâng, cảm ơn.

麻煩您，謝謝。

你還可以這麼說：
Bạn cũng có thể nói như sau:

▶ Vâng, xin hãy dọn nó đi.

好的，請便。

→ 指引方向
Chỉ dẫn phương hướng

例 Xin hỏi nhà vệ sinh nữ ở đâu?
你能告訴我女士盥洗室在哪裡嗎？

例 Xin đi theo lối này.
請這裡走。

你還可以這麼說：
Bạn cũng có thể nói như sau:

▶ Đi dọc theo hành lang, đến cuối lối đi thì rẽ phải.
沿著走廊直走，到盡頭右轉。

▶ Nó ở ngay đằng kia.
就在那個方向。

→ 向服務生尋求協助
Yêu cầu nhân viên phục vụ giúp đỡ

例 Trên bàn không có cái gạt tàn thuốc!
桌上沒有菸灰缸！

例 Vâng, thưa ông.
好的，先生。

MP3 061

你還可以這麼說:
Bạn cũng có thể nói như sau:

▶ Bạn có thể mang thêm cho tôi ít khăn giấy không?

能給我多一點紙巾嗎？

▶ Bạn có thể mang cho tôi tương cà chua/ mù tạt/ hạt tiêu không?

請拿蕃茄醬/芥末/胡椒粉來好嗎？

▶ Bạn có thể mang cho chúng tôi một chiếc ghế trẻ em không?

可以幫我拿一張兒童椅給她嗎？

▶ Chúng tôi có thể lấy thêm một cái ghế nữa không?

我們能再要一張椅子嗎？

➜ 向餐廳抱怨餐點
Khiếu nại với nhà hàng về món ăn

例 Vị của món này hơi lạ.
這道菜嚐起來味道很怪！

例 Sữa bị chua rồi.
牛奶發酸了。

1
5
4

例 Dầu mỡ quá.
太油膩了。

例 Thịt cứng quá.
（肉質）好硬啊！

例 Thịt nấu kĩ quá.
肉煮過頭了。

例 Bánh mỳ nướng cháy rồi.
吐司烤得太焦了！

例 Miếng bít tết của tôi không đủ độ chín.
我的牛排太生了。

例 Có sâu trong món salad của tôi
我的沙拉裡有蟲！

例 Có một cộng tóc trong bát súp của tôi.
我的湯裡有根頭髮！

例 Bạn có thể giúp tôi mang món này đi nấu thêm một lúc nữa không?
請拿回去再烤久一點好嗎？

例 Món này bị nguội rồi.
食物變涼了。

MP3 062

向餐廳抱怨服務、環境
Khiếu nại với nhà hàng về thái độ phục vụ và môi trường

🄔 Chúng tôi nên nhận được thái độ phục vụ tốt hơn.

我們應該享有更好的服務。

🄔 Thái độ phục vụ quá tồi.

服務很差。

🄔 Ở đây quá ồn.

這裡太吵了。

🄔 Ở đây quá lạnh/ nóng.

這裡面好冷/熱。

→ 結帳 Thanh toán

例 Cho tôi thanh toán.
買單。

例 Thanh toán bằng tiền mặt hay bằng thẻ?
用現金還是信用卡(付帳)？

你還可以這麼說：
Bạn cũng có thể nói như sau:

► Xin cho tôi thanh toán.
請結帳。

→ 詢問結帳方式
Hỏi về phương thức thanh toán

例 Thanh toán bằng tiền mặt hay bằng thẻ?
用現金還是信用卡(付帳)？

例 Tôi muốn thanh toán bằng thẻ.
信用卡(付帳)。

你還可以這麼說：
Bạn cũng có thể nói như sau:

► Bạn muốn thanh toán bằng tiền mặt hay
bằng thẻ?
您要用現金還是信用卡付帳？

MP3 063

→ 說明付款方式
Giải thích về phương thức thanh toán

例 Bạn muốn thanh toán bằng tiền mặt hay bằng thẻ?
您要用現金還是信用卡付帳？

例 Tôi sẽ trả bằng thẻ tín dụng.
我要用信用卡結帳。

你還可以這麼說 :
Bạn cũng có thể nói như sau:

▶ Thẻ tín dụng. Đây là thẻ của tôi.
信用卡。這是我的信用卡。

▶ Thẻ của tôi đây.
這是我的(信用卡)。

▶ Tôi sẽ trả bằng tiền mặt. Tiền của bạn đây.
我要用現金付錢。錢給你。

→ 分開結帳 Thanh toán riêng

例 Bạn có muốn trả riêng không?
你們要不要分開付帳？

例 Vâng.
好的。

1
5
8

對方還可以這麼說:
Đối phương cũng có thể nói như sau:

▶ Bạn có muốn tách ra thanh toán không?
您要分開您的帳單嗎?

➜ 請客 Mời khách

例 Lần này tôi mời.
這次我請客。

例 Tôi mời bạn.
我請客。

例 Tôi sẽ thanh toán cả.
帳算我的。

例 Tôi chắc chắn muốn tự thanh toán hết.
我堅持付帳。

➜ 各付各的帳單
Mỗi người tự thanh toán tiền của mình

例 Để chúng tôi tự trả cho xuất của mình.
讓我們各付各的吧!

064

例 Ý hay.
好主意。

→ 帳單金額 Số tiền thanh toán

例 Tổng tiền của bạn là bảy trăm ngàn Việt Nam đồng.
總共七十萬越南盾。

例 Vâng.
好。

→ 內含服務費
Đã bao gồm phí dịch vụ

例 Đã bao gồm phí dịch vụ chưa?
有包含服務費嗎？

例 Vâng. Đã bao gồm mười phần trăm phí dịch vụ.
是的，包含百分之十的服務費。

你還可以這麼說：
Bạn cũng có thể nói như sau:

► Có bao gồm phí dịch vụ chưa?
有含服務費嗎？

➜ 找零錢 Trả tiền thừa

例 Đây là ba trăm ngàn của bạn.
這是您的三十萬越南盾。

例 Đây là hóa đơn và tiền thừa của bạn.
這是您的收據和零錢。

➜ 不必找零
Không cần trả lại tiền thừa

例 Không cần trả lại tiền thừa.
不用找零錢了。

例 Cảm ơn ông.
先生，謝謝您。

PART 4

速食店點餐
Gọi đồ ăn nhanh

點餐 Gọi món

例 Tôi muốn mua gà viên chiên.

我要點雞塊。

例 Của bạn đây ạ.

這是您的餐點。

你還可以這麼說:
Bạn cũng có thể nói như sau:

▶ Tôi muốn mua một cái bánh mỳ kẹp thịt.

我要一個法國麵包。

▶ Tôi muốn mua một xuất khoai tây chiên loại nhỏ.

我要一份小薯條。

▶ Tôi muốn mua một xuất hamburger loại lớn, thêm nhiều tương cà chua.

我要點一個大漢堡，要有很多蕃茄醬。

選擇內用或外帶
Chọn ăn tại quán hoặc mang về nhà

例 Ăn ở đây hay mang về?

要這裡用還是外帶？

MP3 066

例 Tôi muốn ăn ở đây, cảm ơn.
內用，謝謝。

你還可以這麼說：
Bạn cũng có thể nói như sau:

▶ Tôi muốn ăn tại quán.
要在這裡吃。

▶ Tôi muốn mang về, cảm ơn.
帶走，謝謝。

➜ 餐點售完／無供應
Món ăn đã bán hết/ Ngừng cung cấp

例 Xin cho tôi một xuất bánh mỳ kẹp thịt gà, mang về.
我要外帶一份雞肉三明治。

例 Bán hết rồi.
賣完了。

你還可以這麼說：
Bạn cũng có thể nói như sau:

▶ Món đó bán hết rồi.
它已經賣完了。

➡等待外帶餐點
Đợi đồ ăn mang về

例 Tôi muốn một xuất bánh mỳ kẹp và một cốc trà sữa.

那麼我要一個法國麵包和一杯奶茶。

例 Xin làm ơn đợi một chút.

請稍候。

你還可以這麼說:
Bạn cũng có thể nói như sau:

▶ Bạn phải đợi mười phút.

您要等十分鐘喔！

➡要求加快餐點外帶速度
Yêu cầu làm nhanh đồ ăn mang về

例 Bạn có thể làm ơn làm nhanh hơn một chút được không? Tôi phải đi bắt tàu.

你能快一點嗎？我要去趕火車。

例 Vâng thưa ông.

好的，先生。

067

→ 醬料的種類 Loại nước sốt

例 Bạn muốn dùng loại nước sốt nào?
你要什麼醬料？

例 Xin cho tôi nước sốt cả chua.
請給我蕃茄醬。

你還可以這麼說：
Bạn cũng có thể nói như sau:

► Tôi muốn vị dâu.
要草莓口味的。

► Tôi muốn mua hai cái bánh mỳ kẹp, một cái không thêm nước sốt, một cái thêm tất cả các loại.
我要外帶兩個漢堡，一個什麼都不加，另一個全部的佐料都要。

→ 添加醬料 Thêm nước sốt

例 Bạn có muốn thêm nước sốt không?
你要加什麼在上面嗎？

例 Vâng, tôi muốn thêm bơ và mù tạt.
好的，要起司和很多芥末。

你還可以這麼說:
Bạn cũng có thể nói như sau:

▶ Xin thêm bơ cho tôi.
請給我奶油。

▶ Tôi muốn vị mật ong.
要蜂蜜口味的。

▶ Không cảm ơn.
不用,謝謝。

多要一些醬料
Thêm nhiều nước sốt

例 Có thể cho tôi thêm nước tương cà chua
không?
我能多要一份蕃茄醬嗎?

例 Vâng. Của bạn đây.
當然,這是您要的。

飲料 Đồ uống

例 Bạn có muốn đồ uống gì không?
您要點飲料嗎?

例 Tôi muốn Cô ca.
我要可樂。

你還可以這麼說:
Bạn cũng có thể nói như sau:

▶ Tôi muốn một cốc trà sữa.
我要一杯奶茶。

→說明飲料大小杯
Nói rõ độ to nhỏ của cốc đựng đồ uống

例 Cốc to phải không?
大杯嗎?

例 Vâng, một cốc trà sữa loại to.
要,來一杯大杯奶茶。

你還可以這麼說:
Bạn cũng có thể nói như sau:

▶ Tôi muốn cốc vừa, không phải cốc lớn.
我要中杯,不是大杯。

▶ Xin cho tôi cốc phổ thông.
(請給我)普通杯。

▶ Và một cốc Cô ca loại lớn.
還要一杯大杯可口可樂。

➔ 詢問是否需要糖包或奶精
Hỏi xem có cần lấy gói đường hay kem không

⑩ Xin cho tôi một cốc cà phê.
請給我一杯咖啡。

⑩ Thêm kem hay thêm đường?
要奶精還是糖？

你還可以這麼說：
Bạn cũng có thể nói như sau:

▶ Bạn muốn thêm kem hay thêm đường?
您要奶精還是糖？

▶ Cà phê của bạn muốn cho thêm bao nhiêu kem và đường?
咖啡要多少奶精和糖？

➔ 糖包和奶精都要
Gói đường hay kem đều lấy

⑩ Bạn muốn thêm kem hay đường?
您要奶精還是糖？

⑩ Tôi muốn thêm cả hai, cảm ơn.
我兩種都要，謝謝。

069

▶ Cả hai.
兩個都要。

▶說明糖包和奶精的量
Nói rõ số lượng gói đường và kem

例 Còn ông thì sao, thưa ông?
先生，您呢？

例 Xin cho tôi cà phê, thêm hai gói đường và hai gói kem.
請給我咖啡、兩包糖和兩包奶精。

▶ Hai gói đường và không thêm kem.
糖兩包，不要奶精。

▶ Chỉ thêm kem thôi.
只要奶精。

➜索取紙巾、吸管
Yêu cầu khăn giấy, ống hút

例 Tôi có thể lấy thêm một ít khăn giấy không?

我可以多要一些紙巾嗎？

例 Của bạn đây.

在這裡。

你還可以這麼說:
Bạn cũng có thể nói như sau:

▶ Tôi có thể lấy thêm một ít ống hút không?

我可以多要一些吸管嗎？

4
速食店點餐

PART5

購物

Mua sắm

070

→ 詢問營業時間
Hỏi về thời gian mở cửa

例 Bạn mở cửa tới mấy giờ?
你們營業到幾點？

例 Đến sáu giờ ba mươi.
到六點卅分。

對方還可以這麼說:
Đối phương cũng có thể nói như sau:

► Chúng tôi mở cửa tới sáu giờ ba mươi.
我們營業到六點卅分。

► Chúng tôi mở cửa thông đêm.
我們整晚都有營業。

► Chúng tôi mở cửa từ mười một giờ sáng tới chín giờ tối.
我們從早上十一點營業到晚上九點。

► Thứ bảy, chúng tôi mở từ chín giờ sáng tới bảy giờ tối.
星期六我們營業從早上九點到晚上七點。

5
購物

→ 只看不買 Chỉ xem không mua

MP3 071

例 Tôi có thể giúp gì cho bạn không?
需要我幫忙的嗎？

例 Không cần đâu, tôi chỉ muốn xem qua thôi.
不用。我只是隨便看看。

你還可以這麼說:
Bạn cũng có thể nói như sau:

► Không cần đâu, cảm ơn.
不用，謝謝！

► Có lẽ một lát sau tôi sẽ làm phiền bạn. Cảm ơn.
也許等一下要（麻煩您），謝謝。

► Tôi không cần giúp gì. Cảm ơn.
我不需要你服務。

► Không, tôi chưa cần. Cảm ơn.
還不需要。謝謝！

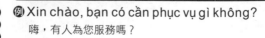
➔ 店員主動招呼
Nhân viên chủ động chào hỏi

例 Xin chào, bạn có cần phục vụ gì không?
嗨，有人為您服務嗎？

例 Tôi chỉ muốn xem qua những đôi găng tay này thôi.

我對那一些手套有興趣。

你還可以這麼說：
Bạn cũng có thể nói như sau:

▶ Không, tôi chỉ muốn xem qua thôi.
沒有。我隨便看看。

▶ Vâng, có thể cho tôi xem chiếc áo kia không?

有的，可以給我看那件衣服嗎？

→ 店員的客套話
Lời nói khách sáo của nhân viên

例 Tôi chỉ muốn xem qua thôi.
我隨便看看。

例 Nếu bạn cần bất kì sự giúp đỡ gì xin hãy gọi tôi. Tôi là Hoa.

假如您需要任何幫忙，讓我知道就好，我是小花。

對方還可以這麼說：
Đối phương cũng có thể nói như sau:

▶ Bạn cứ xem từ từ nhé.
您慢慢看。

5
購物

072

→ 購物的打算
Dự định mua sắm

例 Tôi đang tìm một vài món quà cho các con tôi.

我在找一些要送給孩子們的禮物。

例 Bạn đã quyết định được sẽ mua món quà như thế nào chưa?

心裡有想好要什麼嗎？

你還可以這麼說：
Bạn cũng có thể nói như sau:

► Có loại quà lưu niệm nào made in Việt Nam không?

有沒有越南製造的紀念品？

► Tôi muốn mua quà sinh nhật cho vợ tôi.

我需要幫我太太買生日禮物。

→ 購買特定商品
Mua sản phẩm cụ thể

例 Bạn muốn mua gì ạ?

您想買什麼？

例 Tôi muốn mua khuyên tai.
我想要買耳環。

你還可以這麼說:
Bạn cũng có thể nói như sau:

▶ Tôi muốn mua găng tay.
我需要手套。

▶ Tôi đang tìm một vài mẫu váy.
我正在找一些裙子。

▶ Bạn có cái mũ tím nào không?
你們有紫色的帽子嗎?

➜購買禮品 Mua quà tặng

例 Bạn muốn mua làm quà tặng ai đó phải không?
送給誰的禮物嗎?

例 Vâng, tôi muốn tặng cho con gái tôi.
是的,是給我女兒的。

對方還可以這麼說:
Đối phương cũng có thể nói như sau:

▶ Bạn cần tìm món đồ gì đó phải không?
要找特定的東西嗎?

073

▶ Những đồ này đều rất phù hợp để tặng cho
người thân.
他們是很適合送家人的禮物。

→ 購買電器 Mua đồ điện

例 Có bảo hành không?
這個有保證書嗎？

例 Vâng, có, thưa ông.
有的，先生。

→ 參觀特定商品 Đi xem các sản phẩm cụ thể

例 Bạn muốn xem sản phẩm gì vậy?
您想看些什麼？

例 Tôi muốn xem cà vạt
我想看一些領帶。

你還可以這麼說:
Bạn cũng có thể nói như sau:

▶ Tôi muốn xem những cái máy nghe nhạc
MP3 đó.
我能看那些MP3播放器嗎？

▶ Tôi có thể xem chúng một chút không?
我能看一看他們嗎？

▶ Bạn có thể cho tôi xem thứ gì đó đặc biệt một chút không?
你能給我看一些不一樣的嗎？

▶ Cho tôi xem chiếc bút đó.
給我看那支筆。

➜ 詢問是否找到中意商品
Hỏi xem có thấy sản phẩm nào vừa ý không

例 Bạn có tìm thấy thứ nào đó mà mình ưa thích chưa?
找到您喜歡的東西了嗎？

例 Vâng tôi thích chiếc máy tính đó.
對，我對這台電腦有興趣。

你還可以這麼說：
Bạn cũng có thể nói như sau:

▶ Tôi chưa.
還沒有。

▶ Cái này có vẻ không tệ.
這個看起來不錯。

5
購物

MP3 074

▶ Bạn có chiếc mũ nào giống như thế này không?

你們有沒有像這類的帽子？

選購指定商品
Mua các sản phẩm chỉ định

例 Bạn thích cái nào?

你喜歡哪一件？

例 Làm ơn cho tôi xem chiếc áo len đen đó.

請給我看看那件黑色毛衣。

你還可以這麼說:
Bạn cũng có thể nói như sau:

▶ Cái ở ngăn dưới cùng đó.

在底層架子上的那一件。

▶ Những chiếc váy đó nhìn không tệ.

那些裙子看起來不錯。

回答是否尋找特定商品
Trả lời xem có muốn tìm loại sản phẩm cụ thể nào không

例 Bạn cần tìm loại này phải không?

你要找的是這一種嗎？

例 Vâng, tôi muốn loại này.

是的，我要這一種。

你還可以這麼說:
Bạn cũng có thể nói như sau:

▶ Không, tôi không thích chiếc này.

不要，我不喜歡這一件。

▶ Còn cái khác không?

還有其他嗎？

▶ Bạn có thứ gì tốt hơn không?

你有沒有好一點的？

▶ Tất cả đây sao?

全部就這些嗎？

**5
購
物**

➜ 回答是否選購指定商品
Trả lời xem có muốn mua sản phẩm được chỉ định không

例 Bạn cần mua quần không?

您需要褲子嗎？

例 Vâng, xin cho tôi xem thử.

是的，我想要看一看。

你還可以這麼說：
Bạn cũng có thể nói như sau:

▶ Không, cảm ơn.
不用，謝謝！

▶ Đó không phải thứ tôi cần.
這不是我需要的。

▶ Loại này không phải loại tôi muốn tìm.
我不是要找這一種。

➜ 詢問特殊商品
Hỏi về các sản phẩm đặc biệt

例 Chúng tôi có một vài đồ tốt đang trong thời gian khuyến mãi.
我們有一些品質不錯在特價中。

例 Chúng ở đâu vậy?
在哪裡？

你還可以這麼說：
Bạn cũng có thể nói như sau:

▶ Đó là những thứ gì vậy?
是什麼？

▶ Giảm giá bao nhiêu?
折扣是多少？

► Bạn có thể cho tôi xem thứ gì đặc biệt một chút không?
可以給我看一些特別的嗎？

→ 推薦商品 Đề xuất sản phẩm

例 Bạn có lẽ muốn xem khăn len.
也許您想要一條羊毛圍巾。

例 Vâng, tôi nghĩ đó là thứ tôi cần.
對，我想這就是我要的。

你還可以這麼說:
Bạn cũng có thể nói như sau:

► Không, nó nặng quá.
不要，這個太重了。

► Tôi không nghĩ vợ tôi thích nó.
我不這麼認為我太太會喜歡。

5
購物

→ 新品上市
Sản phẩm mới ra mắt

例 Đây đều là sản phẩm mới ra mắt.
他們都是新品。

MP3 076

例 Tôi có thể xem qua nó không?
我可以看看嗎？

你還可以這麼說:
Bạn cũng có thể nói như sau:

▶ Nó có đắt không.
貴嗎？

▶ Sản phẩm mới ra mắt không được giảm giá.
新品沒有折扣嗎？

→ 商品的操作
Cách sử dụng sản phẩm

例 Bạn có thể hướng dẫn tôi cách sử dụng nó không.
你可以操作給我看嗎？

例 Chắc chắn rồi, thưa ông. Ông có thể nhấn nút này để bật nguồn.
好的，先生。你可以按這個鈕來開啟電源。

你還可以這麼說:
Bạn cũng có thể nói như sau:

▶ Sử dụng nó như thế nào?
這個要怎麼用？

▶ Nó hoạt động như thế nào?
要怎麼操作？

→特定顏色 Màu sắc cụ thể

例 Bạn thích màu nào?
您想要哪一個顏色？

例 Bạn có chiếc nào màu xanh da trời không?
你們有藍色的嗎？

你還可以這麼說:
Bạn cũng có thể nói như sau:

▶ Tôi muốn tìm một đôi tất màu xanh da trời.
我在找藍色的襪子。

▶ Màu xanh da trời hay màu đỏ đều được.
紅色或藍色都可以。

▶ Bạn có kích cỡ này nhưng màu khác không?
有這個尺寸的其他顏色嗎？

077

→選擇顏色 Lựa chọn màu sắc

例 Tôi thích màu xanh da trời.
我喜歡藍色。

例 Vâng, để chúng tôi lấy cho bạn một vài chiếc váy màu xanh da trời.
好的，讓我拿一些藍色裙子給您。

對方還可以這麼說：
Đối phương cũng có thể nói như sau:

▶ Chúng tôi chỉ có màu đỏ thôi.
先生，我們只有紅色。

▶ Thưa ông, chúng tôi không còn cái nào màu xanh da trời.
先生，我們沒有藍色。

▶ Bạn có muốn xem chiếc màu đen không?
您要看看黑色的嗎？

▶ Để tôi xác nhận lại với kho.
讓我到倉庫確定一下。

→特定款式 Mẫu cụ thể

例 Bạn thích mẫu nào?
您想要哪一種款式？

例 Loại thịnh hành một chút.
流行一點的。

你還可以這麼說:
Bạn cũng có thể nói như sau:

▶ Đây là mẫu của năm nay phải không?
這是今年的款式，對吧？

▶ Có cái nào đơn giản một chút không?
有沒有樸素一點的？

▶ Tôi thích loại kín đáo một chút.
我偏好保守一點的。

➜ 款式的差異
Sự khác biệt giữa các mẫu

例 Mẫu A và B khác nhau như thế nào?
款式A和款式B有什麼不同？

例 Mẫu A là mẫu mới ra.
款式A是新貨。

你還可以這麼說:
Bạn cũng có thể nói như sau:

▶ Sự khác biệt giữa chúng là gì?
他們兩個有什麼不同？

MP3 078

▶ Tôi không nhìn ra được sự khác biệt giữa chúng.

我看不出來有什麼差別。

▶ Cái này khác với cái màu đỏ kia phải không?

這個和紅色那個不同嗎？

→ 特定搭配
Kết hợp với các sản phẩm cụ thể

例 Cái này kết hợp với cái gì?

什麼會和這一件搭配？

例 Chúng có thể kết hợp với chiếc áo len này.

這件毛衣和他們可以搭配穿。

你還可以這麼說：
Bạn cũng có thể nói như sau:

▶ Chiếc áo khoác này rất hợp với chiếc quần đó.

這件夾克和那條褲子會十分相配。

▶ Cả màu đỏ và màu đen đều rất hợp với nó.

紅色和黑色都和它很配。

▶ Chúng kết hợp với nhau rất tuyệt.
他們配起來不錯。

→流行款式 Mẫu thịnh hành

例 Cái nào tốt hơn?
哪一件比較好？

例 Màu đỏ thịnh hành hơn.
紅色正在流行。

對方還可以這麼說:
Đối phương cũng có thể nói như sau:

▶ Loại này đang thịnh hành.
這種現在正流行。

▶ Quần ống rộng đang rất thịnh hành.
寬鬆的褲子非常流行。

→尺寸說明 Mô tả kích thước

例 Bạn cỡ bao nhiêu vậy?
您的尺寸是多少？

例 Tôi cỡ ba mươi tám.
我的尺寸是三十八號。

你還可以這麼說：
Bạn cũng có thể nói như sau:

▶ Tôi không biết cỡ của mình.
我知道我的尺寸。

▶ Cỡ của tôi ở giữa ba mươi bảy và ba mươi
tám.
我的尺寸是介於三十七號和三十八號之間。

➜ 特定尺寸 Kích thước cụ thể

例 Bạn muốn cỡ nào?
您要什麼尺寸？

例 Xin lấy cho tôi cỡ vừa.
請給我中號。

你還可以這麼說：
Bạn cũng có thể nói như sau:

▶ Tôi muốn cỡ lớn.
我要大尺寸的。

▶ Tôi sẽ thử cỡ nhỏ.
我要試穿小號的。

▶ Cái này cỡ nhỏ. Tôi muốn tìm cỡ vừa.
這是小號的，我穿中號的。

→ 詢問尺寸 Hỏi về kích thước

例 Có cỡ khác không?
有沒有其他尺寸？

例 Loại này có rất nhiều kích cỡ.
這有好多種尺寸。

你還可以這麼說:
Bạn cũng có thể nói như sau:

► Bạn có những cỡ nào?
你們有什麼尺寸？

► Cái này bạn có cỡ nhỏ không?
你們有小號的嗎？

► Cho tôi cỡ số ba mươi tám.
給我三十八號。

► Cỡ số ba mươi tám, màu đen.
給我黑色的三十八號尺寸。

→ 不知道尺寸
Không biết kích thước

例 Tôi không biết tôi dùng cỡ gì.
我不知道我的尺寸。

MP3 080

例 Tôi có thể đo giúp bạn.

我可以幫你量。

對方還可以這麼說:
Đối phương cũng có thể nói như sau:

▶ Nó cỡ ba mươi hai phải không?

是三十二號，對嗎？

▶ Tôi đoán là bạn cỡ ba mươi tám.

我猜你的尺寸是三十八號。

▶ Để tôi đo vòng eo của bạn.

我幫你量腰圍。

▶ Tôi có thể giúp bạn đo để có bộ vest phù hợp.

我可以幫你量西裝。

➜ 不中意商品
Sản phẩm không vừa ý

例 Bạn thấy những cái đó thế nào?

那些你覺得呢？

例 Kiểu dáng có chút lỗi thời.

好像有些老氣。

你還可以這麼說:
Bạn cũng có thể nói như sau:

▶ Không đúng cỡ.
尺寸不對。

▶ Tôi không thích phong cách đó.
我不喜歡這個款式。

▶ Tôi không thích màu này.
我不偏好這種顏色。

→回答試穿與否
Trả lời xem có thử đồ không

例 Bạn có muốn mặc thử không?
你要試穿看看嗎？

例 Vâng.
好。

你 還 可 以 這 麼 說:
Bạn cũng có thể nói như sau:

▶ Không, cảm ơn.
不用了，謝謝。

→要求試穿 Yêu cầu mặc thử

例 Tôi có thể mặc thử không?
我可以試穿這一件嗎？

081

例 Chắc chắn rồi, xin mời đi lối này.
好啊，這邊請。

對方還可以這麼說:
Đối phương cũng có thể nói như sau:

► Vâng, của bạn đây ạ.
好的。這是你要的。

► Đương nhiên rồi. Bạn có thể mặc thử chiếc này.
當然好。您可以試穿這一件。

► Phòng thử đồ ở đằng kia.
試衣間在那裡。

► Tôi xin lỗi, nhưng chiếc này không được thử.
抱歉，不可以試穿。

➜ 提供試穿
Cung cấp đồ mặc thử

例 Bạn có thể mặc thử chiếc áo khoác này xem có hợp không.
試穿這件外套，看看是否合身。

例 Cảm ơn.
謝謝。

你還可以這麼說:
Bạn cũng có thể nói như sau:

► Phòng thay đồ ở đâu?
試穿間在哪裡？

► Tôi có thể thử cả chiếc kia không?
我也可以試穿那一件嗎？

► Không, cảm ơn.
不用，謝謝！

→試穿特定尺寸
Thử kích thước cụ thể

例 Cỡ này thì sao?
這一個尺寸如何？

例 Tôi có lẽ nên thử chiếc to hơn.
我應該要試穿另一件大一點的。

你還可以這麼說:
Bạn cũng có thể nói như sau:

► Tôi có thể thử chiếc to hơn không?
可以換大一點的嗎？

► Tôi có thể thử chiếc nhỏ hơn không?
我能試穿較小件的嗎？

MP3 082

▶ Bạn có chiếc màu này cỡ ba mươi tám
không?
這個顏色有三十八號嗎？

▶ Loại giày này bạn có cỡ số ba mươi bảy
không?
您有三十七號的鞋子嗎？

→ 徵詢試穿尺寸
Hỏi kích thước mặc thử

例 Bạn có muốn thử cỡ lớn hơn không?
您要試穿大一點的嗎？

例 Vâng, Xin cho tôi thử cỡ lớn hơn.
好的，請給我。

你還可以這麼說：
Bạn cũng có thể nói như sau:

▶ Vâng, tôi sẽ thử cỡ số bốn mươi hai.
好的，我要試穿四十二號。

▶ Không, cỡ này là được rồi.
不用，這個尺寸可以。

→ 詢問試穿結果
Hỏi xem kết quả sau khi mặc thử

例 Tôi mặc chiếc này có hợp không?
我穿這一件的效果怎麼樣？

例 Nó rất hợp với bạn.
你穿看起來不錯。

你還可以這麼說：
Bạn cũng có thể nói như sau:

▶ Gương ở đâu?
鏡子那裡？

▶ Xin xem giúp tôi.
幫我看一看。

→ 質疑試穿結果
Nghi ngờ kết quả mặc thử

例 Nó rất hợp với bạn.
你穿這件看起來不錯耶！

例 Tôi không nghĩ vậy.
我不這麼認為。

083

▶ Bạn có nghĩ vậy không?
你這麼認為嗎？

▶ Tôi cũng không biết nữa.
我拿不定主意。

▶ Tôi không nghĩ cái này hợp.
我不覺得這件好。

▶ Bạn có thấy nó rộng quá không?
你不覺得太寬鬆嗎？

➜試穿結果不錯
Sau khi mặc thử thì thấy ổn

例 Bạn thấy thế nào?
你覺得如何？

例 Tôi thấy không tệ.
我覺得不錯。

▶ Rất đẹp.
好看。

▶ Không tệ.
不錯。

▶ Tôi rất thích.
這個我喜歡。

▶ Tôi mặc lên thấy rất hợp.
我穿看起來不錯。

→ 特定尺寸不適合
Kích thước cụ thể không vừa

例 Có vừa không?
合身嗎？

例 Phần eo hơi chật.
嗯，腰部有一點緊。

你還可以這麼說：
Bạn cũng có thể nói như sau:

▶ Nó hơi chật.
真的有一些緊。

▶ Ống quần không đủ dài.
褲腳的長度不夠。

▶ Chúng quá nhỏ.
他們太小了。

084

▶ Chúng có vẻ hơi to.
好像有一些大。

➜ 試穿結果不喜歡
Sau khi mặc thử xong thì thấy không thích

例 Quần áo của bạn mặc lên rất hợp với tôi.
你的衣服十分合身。

例 Nhưng mặc không thoải mái.
但是(穿起來)不舒服。

你還可以這麼說:
Bạn cũng có thể nói như sau:

▶ Chiếc này có vẻ không hợp.
這件不太對勁。

▶ Tôi mặc lên nhìn rất béo.
這個讓我看起來很胖。

▶ Không như mong đợi của tôi.
和我預期的不同。

→ 說明試穿特定尺寸
Mô tả kích thước mặc.thử

例 Bạn thấy cỡ số ba mươi sáu thế nào?

你覺得三十六號呢？

例 Nó quá chật.

太緊了。

你還可以這麼說：
Bạn cũng có thể nói như sau:

▶ Tôi thấy chật.

我覺得緊。

▶ Chiếc này nhỏ quá.

這件太小了。

▶ Những chiếc đó to quá.

它們太大了。

▶ Những chiếc này tôi mặc thì rộng.

這件對我來説太鬆了。

→ 沒有庫存 Hết hàng

例 Chiếc váy này bạn có cỡ ba mươi tám
không?

這件襯衫有沒有三十八號？

085

例 Có, để tôi lấy cho bạn một chiếc.

有的，讓我拿一件給您。

▶ Nếu trên giá không còn thì tức là chúng tôi đã hết hàng.

假如架上沒有發現，也許就沒有庫存了。

▶ Có, bạn thích màu gì? Đen hay nâu?

有的。您要哪一種顏色？黑色或棕色？

▶ Tôi cũng không biết, cho tôi xem thử xem.

我不確定。讓我看一看。

→ 說明是否喜歡
Nói rõ có thích hay không

例 Bạn có thích nó không?

你喜歡嗎？

例 Tôi thích chiếc này.

我喜歡這一件。

▶ Tôi không thích chúng.

我不喜歡它們。

▶ Để tôi suy nghĩ xem.
我想一想。

▶ Tôi không biết.
我不知道。

→ 要求提供其他樣式
Yêu cầu cung cấp mẫu khác

例 Các bạn chỉ có những mẫu này thôi sao?
你們只有這些？

例 Mẫu này có rất nhiều màu.
這有許多種顏色。

對方還可以這麼說：
Đối phương cũng có thể nói như sau:

▶ Đây là tất cả mẫu mà chúng tôi có.
這是我們所有的了。

▶ Bạn thích nhãn hiệu nào?
您想要哪一個牌子？

▶ Bạn muốn xem phong cách nào?
您想看什麼款式？

▶ Những cái này thế nào?
這一些如何？

MP3 086

→ 回答是否參觀其他商品
Trả lời có muốn xem những sản phẩm khác không

例 Bạn có cần tôi lấy thêm những sản phẩm khác cho bạn xem không?

需要我給您看一些其他商品嗎？

例 Vậy thì tốt quá.

好啊。

你還可以這麼說：
Bạn cũng có thể nói như sau:

▶ Có màu khác không?

有沒有其他顏色？

▶ Có mẫu khác không?

有沒有其他款式？

▶ Không cần đâu, thế này là đủ rồi.

不用，夠了。

→ 特價期限
Đang trong thời gian giảm giá

例 Chương trình khuyến mãi này sẽ kết thúc vào ngày mai.

這個優惠明天就結束了。

例 Nhưng tôi cần cân nhắc một chút.

但是我要考慮一下。

Đối phương cũng có thể nói như sau:

▶ Chương trình khuyến mãi của chúng tôi chỉ kéo dài tới tuần sau.

我們的特價只到下週。

➜ 說服購買
Thuyết phục mua hàng

例 Rất đáng để mua.

很划算的。

例 Vâng, tôi sẽ mua chúng.

好,我買。

對方還可以這麼說:
Đối phương cũng có thể nói như sau:

▶ Rất đáng để mua.

這很划算的。

5 購物

087

▶ Nó rất rẻ.
它很便宜。

▶ Rất đáng tiền.
很值得。

→詢問售價 Hỏi giá bán

例 Bạn biết không, chiếc áo len đó rất đáng tiền.

你知道嗎，這件毛衣真的很划算。

例 Bao nhiêu?

多少錢？

你還可以這麼說：
Bạn cũng có thể nói như sau:

▶ Cái này bao nhiêu tiền?
這個要多少錢。

▶ Cái này giá bao nhiêu?
這個要賣多少錢？

▶ Bạn nói cái này giá bao nhiêu?
你說要多少錢？

▶ Giá bao nhiêu?
價錢是多少？

詢問特定商品的售價
Hỏi giá bán của sản phẩm cụ thể

例 Chiếc máy quay này giá bao nhiêu?
這台相機多少錢？

例 Hai triệu Việt Nam đồng.
兩百萬越南盾。

對方還可以這麼說:
Đối phương cũng có thể nói như sau:

▶ Nó đáng giá hai triệu Việt Nam đồng
賣兩百萬越南盾。

購買二件以上的價格
Giá mua hai sản phẩm trở lên

5
購物

例 Tổng cộng bao nhiêu tiền?
總共多少錢？

例 Tổng cộng chỉ có ba triệu Việt Nam đồng thôi.
只要三百萬越南盾。

你還可以這麼說:
Bạn cũng có thể nói như sau:

🔊 088

▶ Tôi phải trả bao nhiêu?
我應該付多少錢？

▶ Tôi cần phải trả bao nhiêu cho chiếc này
và chiếc kia?
這一件和那一件我應該付多少錢？

▶ Nếu tôi mua chúng, bạn có thể giảm giá
một chút không?
如果我買他們，你可以算便宜一點嗎？

→ 含稅價 Giá đã bao gồm thuế

⑩ Giá đã bao gồm thuế là bảy trăm ngàn
Việt Nam đồng.
它含稅要七十萬越南盾。

⑩ Đắt vậy sao?
這麼貴？

你還可以這麼說：
Bạn cũng có thể nói như sau:

▶ Tôi không đủ tiền.
我付不起。

➤ 購物幣值
Loại tiền tệ sử dụng khi mua hàng

⑩ Tôi có thể mua nó bằng tiền Đài tệ không?
我可以用新台幣買嗎？

⑩ Tôi e rằng không thể, thưa ông.
恐怕不行，先生。

對方還可以這麼說:
Đối phương cũng có thể nói như sau:

▶ Vâng chúng tôi có chấp nhận trả bằng Đài tệ.
可以的。我們接受台幣。

➤ 討價還價 **Mặc cả giá**

⑩ Bạn thấy giá của nó thế nào?
你覺得價格如何？

⑩ Nó đắt quá.
它太貴了。

你還可以這麼說:
Bạn cũng có thể nói như sau:

▶ Bạn có thể giảm giá một chút cho tôi được không?

你認為可以給我個折扣嗎？

▶ Có giảm giá không?

有沒有折扣？

▶ Bạn có thể giảm giá cho tôi không?

你可以給我折扣嗎？

▶ Bạn có thể bán rẻ một chút được không?

可以算便宜一點嗎？

➔ 特定價格的討價還價
Mặc cả giá của một mức giá cụ thể

例 Bạn có thể giảm giá một chút được không?

可以算便宜一點的嗎？

例 Bạn muốn mua với giá bao nhiêu?

你想要多少錢？

你還可以這麼說：
Bạn cũng có thể nói như sau:

▶ Bạn có thể giảm hai trăm ngàn không?

可以便宜二十萬越南盾嗎？

▶ Bạn có thể giảm mười phần trăm cho tôi không?

你能給我九折嗎？

▶ Có thể tính giá năm trăm ngàn cho tôi không?

可以算五千元嗎？

購買多件的討價還價
Mặc cả giá khi mua nhiều sản phẩm

例 Bạn có thể giảm giá cho tôi nếu tôi mua hai chiếc áo len không?

如果我買兩件毛衣，你可以給我折扣嗎？

例 Nhưng bạn phải trả bằng tiền mặt.

可是你要付現金。

你還可以這麼說：
Bạn cũng có thể nói như sau:

▶ Mua hai cái có được giảm giá không?

買兩件可以有折扣吧？

➜ 最後底線的報價
Giá cả thấp nhất có thể chấp nhận

例 Có giảm giá không?

沒有折扣？

例 Giảm giá mười phần trăm bạn thấy thế nào. Đây là giá thấp nhất tôi có thể bán rồi.

打九折如何？這是我能提供最優惠的價格了。

你還可以這麼說：
Bạn cũng có thể nói như sau:

▶ Tôi sợ rằng không được.

恐怕不行。

▶ Bạn mong muốn mức giá bao nhiêu?

你心裡預算多少錢？

➜ 決定購買 Quyết định mua

例 Bạn có muốn mua nó không?

您要買嗎？

例 Tôi sẽ mua cái này.

我要買這一件。

你還可以這麼說：
Bạn cũng có thể nói như sau:

▶ Tôi sẽ mua cái này.
我要買這一件。

▶ Tôi quyết định sẽ lấy cái này.
我要買這一件。

▶ Tôi sẽ mua cả hai.
我兩件都要。

▶ Cả hai cái này tôi đều mua.
我要買這兩件。

→不考慮購買 Không mua

例 Bạn có muốn mua nó không?
您要買嗎？

例 Không, để lần sau đi.
不要，我這次不買。

你還可以這麼說：
Bạn cũng có thể nói như sau:

▶ Để tôi cân nhắc thêm, lần sau sẽ quay lại.
這次先不要（買）。

MP3 091

付款方式
Phương thức thanh toán

例 Bạn muốn thanh toán bằng phương thức nào?

您要用什麼方式付款？

例 Bằng tiền mặt.

用現金。

你還可以這麼說：
Bạn cũng có thể nói như sau:

▶ Tôi muốn thanh toán bằng thẻ tín dụng.
我要用信用卡付款。

▶ Tôi muốn trả bằng tiền mặt.
我要付現。

▶ Bằng séc du lịch.
用旅行支票(付款)。

付款方式
Phương thức thanh toán

例 Bạn có nhận thanh toán bằng thẻ tín dụng không?

你們接受信用卡付款嗎？

例 Vâng chúng tôi có.
是的，我們有。

例 Xin lỗi, chúng tôi chỉ nhận thanh toán bằng tiền mặt.
抱歉，我們只收現金。

你還可以這麼說:
Bạn cũng có thể nói như sau:

► Tôi có thể dùng thẻ VISA không?
我可以用VISA卡嗎？

► Bạn có nhận thanh toán bằng thẻ Master không?
你們接受萬事達卡嗎？

→ 要求包裝 Yêu cầu đóng gói

例 Bạn có thể giúp tôi gói chúng lại không?
你能幫我打包嗎？

例 Vâng, xin đợi một lát.
好的。能請您稍等一下嗎？

你還可以這麼說:
Bạn cũng có thể nói như sau:

► Có thể giúp tôi gói lại thành gói quà không?
可以包裝成禮物嗎？

MP3 092

▶ Có thể đựng bằng hộp không?
可以把他們放進盒子裡嗎？

➔禮品包裝 Gói quà

例 Bạn có thể giúp tôi gói lại thành gói quà không?
你能幫我打包成禮品嗎？

例 Tất nhiên là được rồi, thưa ông.
當然可以，先生。

對方還可以這麼說:
Đối phương cũng có thể nói như sau:

▶ Xin lỗi, thưa ông. Chúng tôi không có dịch vụ này.
抱歉，先生，但是我們沒有這項服務。

➔其他相關問題
Các vấn đề liên quan khác

例 Các bạn có dịch vụ sửa đồ miễn phí không?
你們有免費修改嗎？

例 Bạn có thể sửa độ dài của quần không？
你能修改褲子長度嗎？

例 Nếu tôi không thích tôi có thể đổi trả hàng không？
如果我不喜歡能退還嗎？

例 Bạn có thể đưa cho tôi hóa đơn không？
可以給我收據嗎？

例 Bạn trả lại nhầm tiền cho tôi rồi.
你沒找對錢。

例 Cái máy quay này có vấn đề. Tôi có thể đổi chiếc khác không？
這台相機有問題。我可以換一台嗎？

例 Tôi muốn trả hàng. Đây là hóa đơn.
我想要退貨。這是收據。

例 Tôi có thể đổi sang nhãn hiệu khác không？
我可以換另一個牌子嗎？

例 Tôi có được hoàn lại tiền không？
我能退錢嗎？

PART 6

搭乘交通工具

Tham gia giao thông

➡️計程車招呼站 Trạm đón taxi

🔲 Tôi có thể bắt taxi ở đâu?

我可以在哪裡招到計程車？

🔲 Trạm đón taxi ở ngay đầu đường.

計程車招呼站就在街角。

對方還可以這麼說:
Đối phương cũng có thể nói như sau:

▶ Rẽ trái là bạn sẽ thấy trạm đón taxi.

左轉你就會看到計程車招呼站。

▶ Rẽ phải ở ngã rẽ đầu tiên.

在第一個轉彎處右轉。

➡️搭計程車說明目的地
Nói địa điểm cần đến với người lái taxi

🔲 Bạn muốn đi đâu?

您要去哪裡？

🔲 Xin đến khách sạn Bốn Mùa.

請到四季飯店。

你還可以這麼說:
Bạn cũng có thể nói như sau:

MP3 094

▶ Bạn có thể đưa tôi đến đó không?
你能不能載我去那邊？

▶ Làm ơn đưa tôi tới địa chỉ này.
請載我到這個地址。

車程有多遠 Lộ trình bao xa

例 Từ đây tới đó bao xa?
從這裡過去有多遠？

例 Khoảng 10 cây.
大約有十公里。

搭計程車花費的時間
Thời gian đi taxi

例 Mất bao lâu để tới đó?
需要多久的時間？

例 Khoảng 30 phút.
大約卅分鐘。

你還可以這麼說：
Bạn cũng có thể nói như sau:

▶ Từ đây tới đó mất bao lâu?
到哪裡要多久的時間？

儘速抵達
Đến điểm đích càng sớm càng tốt

例 Bạn có thể đưa tôi tới đó trong vòng 30 phút không?

你可以在三十分鐘內送我到嗎？

例 Vâng, thưa ông.

是的，先生。

你還可以這麼說：
Bạn cũng có thể nói như sau:

▶ Bạn có thể lái nhanh hơn một chút được không?

你能開快一點嗎？

▶ Tôi phải có mặt ở đó trước năm giờ.

我要在五點前到那裡。

▶ Tôi có thể tới đó trước năm giờ không?

我五點前到得了那裡嗎？

要下車 Muốn xuống xe

例 Xin cho tôi xuống xe ở chỗ đèn xanh đèn đỏ kia.

讓我在紅綠燈處下車。

095

例 Vâng thưa ông.
好的，先生。

你還可以這麼說：
Bạn cũng có thể nói như sau:

▶ Xin cho tôi xuống trước tòa nhà thứ 3.
讓我在第三棟大樓(前)下車。

抵達目的地 Đến đích

例 Đến rồi.
到了。

例 Đây có phải ga Hải Phòng không?
這是海防車站嗎？

計程車資 Tiền taxi

例 Tiền xe hết bao nhiêu?
車資是多少？

例 Hai trăm năm mươi ngàn.
二十五萬越南盾。

→ 不用找零錢
Không cần trả lại tiền thừa

例 Tổng cộng hai trăm năm mươi ngàn.
總共二十五萬越南盾。

例 Của bạn đây, không cần trả lại tiền thừa.
錢在這裡。零錢不用找了。

→ 公車總站在哪裡
Bến xe buýt ở đâu

例 Trạm xe buýt ở đâu?
公車總站在哪裡？

例 Đi thẳng về phía trước qua bốn dãy nhà là bạn sẽ thấy nó.
直走四個街區，你就會看到。

→ 搭公車的站數
Số điểm dừng xe buýt

例 Đến Hải Phòng phải đi qua bao nhiêu trạm dừng?
到海防有多少個站？

例 Đó là trạm thứ sáu.
那是第六個站。

你還可以這麼說：
Bạn cũng có thể nói như sau:

▶ Từ đây tới Hải Phòng có mấy trạm dừng.
從這裡到海防要幾站？

➜ 搭哪一路公車 Đi xe buýt nào

例 Tôi bắt xe nào để tới Hải Phòng?
我應該搭哪一部公車去海防？

例 Bạn có thể bắt chuyến số hai sáu năm và bảy không tám.
你可以搭 265 號或 708(公車)。

➜ 詢問公車路線
Hỏi các tuyến xe buýt

例 Chuyến xe này có tới ga Hải Phòng không?
這部公車有到海防車站嗎？

例 Vâng nó có tới ga Hải Phòng.
有的，有到海防車站。

你還可以這麼說:
Bạn cũng có thể nói như sau:

▶ Chuyến xe buýt này có đi qua ga tàu hỏa không?

這班公車有到火車站嗎?

▶ Ngồi chuyến xe buýt này có thể tới được ga tàu hỏa không?

這是去火車站的公車嗎?

公車行經路線 Tuyến xe buýt

例 Chuyến xe buýt này có dừng ở gà tàu không?

這班公車有在火車站停嗎?

例 Không, nó chỉ tới bệnh viện Hải Phòng thôi.

沒有。這班公車只到海防醫院。

你還可以這麼說:
Bạn cũng có thể nói như sau:

▶ Chuyến xe này dừng tại ga tàu hỏa phải không?

這個站牌有(車)到火車站嗎?

097

▶ Chuyến xe buýt này có dừng ở ga tàu hỏa không?

這部公車有停在火車站嗎？

→ 何處買公車票
Mua vé xe buýt ở đâu

例 Tôi có thể mua vé ở đâu?

哪裡可以買車票？

例 Ở góc đằng kia.

就在那個角落。

你還可以這麼說：
Bạn cũng có thể nói như sau:

▶ Tôi có thể tới đâu mua vé đi ga tàu Hải Phòng?

哪裡可以買到海防火車站的車票？

→ 發車的頻率
Tần suất khởi hành

例 Cứ bao lâu thì lại có một chuyến?

公車多久來一班？

例 Khoảng mười phút.
大約十分鐘。

什麼時候開車
Khi nào khởi hành

例 Chuyến xe buýt này khởi hành lúc mấy giờ?
公車什麼時候開？

例 Nó khởi hành lúc chín giờ.
九點就開車了。

你還可以這麼說：
Bạn cũng có thể nói như sau:

▶ Chuyến xe tiếp theo tới ga tàu Hải Phòng khởi hành lúc mấy giờ?
下一班到海防火車站的公車是什麼時候？

詢問車資 Hỏi về giá vé

例 Giá vé là bao nhiêu?
車資是多少？

例 Năm mươi ngàn một người.
一個人要五萬越南盾。

6 搭乘交通工具

MP3 098

你還可以這麼說:
Bạn cũng có thể nói như sau:

▶ Vé khứ hồi bao nhiêu tiền?
來回票是多少錢？

→買公車票 Mua vé xe buýt

例 Tôi muốn mua một vé tới ga tàu Hải Phòng.
我要買一張到海防火車站的車票。

例 Năm mươi ngàn.
五萬越南盾。

你還可以這麼說:
Bạn cũng có thể nói như sau:

▶ Xin cho tôi một vé một chiều/ khứ hồi tới
ga tàu Hải Phòng.
一張到海防火車站的單程/來回票。

▶ Xin cho tôi một vé người lớn và một vé trẻ
em tới ga tàu Hải Phòng.
請給我一張大人一張小孩到海防火車站的票。

▶ Hai vé người lớn tới ga tàu Hải Phòng.
兩張到海防火車站的票，要成人票。

➔ 搭公車的車程
Lộ trình xe buýt

例 Từ đây tới đó mất bao lâu?
這一趟車程要多久?

例 Mất khoảng hai mươi phút.
大要需要二十分鐘。

你還可以這麼說：
Bạn cũng có thể nói như sau:

▶ Từ đây tới đó có lâu không?
車程要很長的時間嗎?

▶ Mất bao lâu để tới đó?
到那裡要多久的時間?

▶ Ngồi xe bao lâu thì tới đó?
坐公車要多久的時間?

➔ 在哪一站下車
Xuống xe ở trạm nào

例 Tôi nên xuống ở trạm xe nào?
我應該哪一站下車?

例 Bạn có thể xuống ở bệnh viện Hải Phòng.
你應該在西雅圖醫院下車。

你還可以這麼說:
Bạn cũng có thể nói như sau:

▶ Tôi nên xuống xe ở đâu?
我要在哪裡下車？

▶ Tôi nên xuống xe ở đâu thì gần ga tàu Hải Phòng?
到海防火車站我要在哪裡下車？

到站的時間預估
Thời gian đến dự kiến

🄐 Khi nào thì tôi tới ga tàu Hải Phòng?
我什麼時候可以到海防火車站？

🄐 Khoảng năm giờ chiều.
大概下午五點鐘。

請求到站告知
Yêu cầu thông báo khi đến trạm

🄐 Khi tới đó phiền bạn báo cho tôi biết nhé.
我們到達時可否告訴我一聲？

🄐 Tất nhiên rồi.
當然好。

你還可以這麼說:
Bạn cũng có thể nói như sau:

▶ Làm ơn nói cho tôi biết khi nào tôi phải
xuống xe.
請告訴我何時要下車。

搭公車要求下車
Yêu cầu xuống xe

例 Xin cho tôi xuống đây.
我要在這裡下車。

例 Vâng.
好的。

如何搭火車
Làm thế nào để đi tàu

例 Tôi cần đi đâu để bắt tàu hỏa.
我應該到哪裡搭火車?

例 Làm thế nào để tôi có thể bắt được tàu?
我要如何搭火車?

→搭哪一部列車 Đi chuyến tàu nào

例 Tôi cần đi theo đường nào để tới được bệnh viện Hải Phòng?

我應該搭哪一線去海防醫院？

例 Bạn có thể tra bản đồ các chuyến tàu ở đó.

你可以查在那裡的地鐵圖。

你還可以這麼說：
Bạn cũng có thể nói như sau:

▶ Tôi cần bắt chuyến tàu nào để tới được bệnh viện Hải Phòng?

我要去海防醫院應該搭哪一列車？

▶ Chuyến tàu nào tới bệnh viện Hải Phòng?

哪一班車廂到海防醫院？

▶ Chuyến tàu này đi về hướng thành phố Thái Bình phải không?

去太平市是這條路線嗎？

→在哪一個月台 Ở sân ga nào

例 Ở sân ga nào vậy?

在哪一個月台？

例 Ở sân ga số sáu.

第六月台

你還可以這麼說：
Bạn cũng có thể nói như sau:

▶ Sân ga này là dành cho tàu đi tới thành phố Thái Bình phải không?

這是出發到太平市的月台嗎？

→ 在何處轉車
Đổi tàu ở đâu

例 Tôi phải tới đâu để chuyển tàu đi về thành phố.

我要到哪裡轉車到太平市中心？

例 Khi bạn tới ga tàu Thái Bình thì xuống xe, chuyển sang tuyến màu đỏ này là tới trung tâm thành phố Thái Bình.

當你到達太平車站後下車，轉搭紅線到太平市中心。

你還可以這麼說：
Bạn cũng có thể nói như sau:

▶ Tôi cần đi đâu để đổi tàu đi trung tâm thành phố Thái Bình.

去太平市中心要去哪裡換車？

MP3 101

► Tôi phải đổi sang chuyến tàu nào?
我要換哪一部車？

在車站內迷路
Bị lạc khi ở nhà ga

例 Tôi phải đi hướng nào?
我應該走哪個方向？

例 Đi theo hướng này.
往這邊走。

對方還可以這麼說:
Đối phương cũng có thể nói như sau:

► Chỉ cần đi thẳng theo hướng này là tới.
只要往這邊直走就到了。

► Đi thẳng hướng này.
這邊走

在何處下車 Xuống xe ở đâu

例 Tôi phải xuống xe ở đâu để đi trung tâm thành phố Thái Bình?
到太平市中心要在哪裡下車？

➜租車訊息 Hỏi thuê xe

例 Tôi muốn hỏi một chút về việc thuê xe.
我要知道一些租車的資訊。

例 Bạn muốn hỏi gì?
您想要知道什麼？

➜租車費用 Chi phí thuê xe

例 Thuê một chiếc xe ô tô hết bao nhiêu?
租一輛車要多少錢？

例 Một ngày ba trăm ngàn.
每天的租金是 三十萬越南盾。

對方還可以這麼說：
Đối phương cũng có thể nói như sau:

▶ Giá thuê xe là bao nhiêu?
租用一輛車需要多少錢？

▶ Nếu tôi muốn thuê một chiếc RV thì chi phí là bao nhiêu?
如果我租一輛休旅車要多少錢？

→ 租特定廠牌的車的費用
Chi phí thuê một chiếc xe cụ thể

例 Giá thuê một chiếc TOYOTA theo tuần là bao nhiêu?

租一輛豐田的車一星期要多少錢？

例 Hai triệu một tuần.

一個星期要兩百萬越南盾。

→ 租車 Thuê xe

例 Tôi muốn thuê một chiếc ô tô.

我要租一輛車。

例 Bạn có đặt trước không?

您有預約嗎？

你還可以這麼說:
Bạn cũng có thể nói như sau:

▶ Tôi muốn thuê xe một chiều.

我想租單程車

→ 預約租車 Đặt chỗ thuê xe

例 Bạn có đặt trước không?
您有預約嗎？

例 Vâng, tên tôi là Lâm Văn Tú.
有，我的名字是林文秀。

你還可以這麼說：
Bạn cũng có thể nói như sau:

▶ Tôi muốn đặt thuê một chiếc TOYOTA
trong vòng một tuần.
我要預約一個星期的豐田的車。

→租車的種類 Loại xe cho thuê

例 Bạn muốn thuê chiếc nào?
您要哪一種車？

例 Tôi muốn thuê một chiếc Buick.
我要別克的車。

→租車的時間 Thời gian thuê xe

例 Tôi cần thuê chiếc này từ thứ hai tới thứ sáu.
我這個星期一到星期五需要這部車。

6
搭乘交通工具

MP3 103

Phí thuê mỗi ngày là ba trăm ngàn.
每天的租金是三十萬越南盾。

你還可以這麼說:
Bạn cũng có thể nói như sau:

▶ Tôi muốn đặt thuê chiếc xe này trong vòng một tuần.
我要預約這輛車一個星期。

租車時填寫資料
Điền thông tin khi thuê xe

Tôi cần thuê chiếc này từ thứ hai tới thứ sáu.
我這個星期一到星期五要租這部車。

Vâng, bây giờ xin điền vào mẫu đơn này, sau đó kí tên vào cuối đơn.
好的，請填這份表格，然後在最下面簽上您的姓名。

租車時要求提供駕照
Yêu cầu xuất trình bằng lái xe khi thuê xe

例 Tôi muốn thuê xe.
我要租車。

例 Có thể cho tôi xem bằng lái của bạn không?
我能看你的駕照嗎？

→ 還車的地點 Điểm trả xe

例 Tôi có cần phải quay lại đây trả xe không?
我要回到這裡還車嗎？

例 Không cần, bạn có thể trả xe tại bất cứ chi nhánh nào của công ty.
不必，你可以在我們任何地方的分公司還車。

→ 租車費用的保證金 Tiền đặt cọc thuê xe

例 Thuê một chiếc xe hết bao nhiêu tiền?
租用一輛車需要多少錢？

例 Bạn có thể dùng thẻ tín dụng hoặc đặt cọc năm trăm ngàn.
你需要用信用卡付費或先給五十萬越南盾的保證金。

PART 7

觀光

Tham quan

索取市區地圖
Tìm bản đồ thành phố

例 Có thể cho tôi một tờ bản đồ thành phố không?

我可以要一張市區地圖嗎?

例 Vâng, của bạn đây.

好的,給您。

你還可以這麼說:
Bạn cũng có thể nói như sau:

▶ Bạn có bản đồ thành phố không?

你有市中心的地圖嗎?

索取旅遊手冊
Tìm sổ tay du lịch

例 Bạn có sổ tay du lịch không?

你們有旅遊手冊嗎?

例 Nó ở đằng kia. Xin cứ lấy tự nhiên.

就在那裡,請自取。

你還可以這麼說:
Bạn cũng có thể nói như sau:

▶ Tôi có thể tìm hiểu thông tin về tham quan du lịch ở đâu?
那裡可以得到有關觀光旅遊的訊息？

▶ Có thể cho tôi một vài tờ quảng cáo giới thiệu các địa điểm tham quan du lịch của thành phố không?
可以給我一些市區旅遊的簡介嗎？

→ 索取訊息簡介
Tìm thông tin giới thiệu

例 Có cái nào liên quan tới múa rối nước không?
哪一個有關於水上木偶戲的訊息？

例 Có lẽ bạn cần những tư liệu này.
你可能需要這些簡介。

你還可以這麼說:
Bạn cũng có thể nói như sau:

▶ Bạn có tài liệu nào về kịch hiện đại không?
你們有沒有現代戲劇指南？

➜ 詢問是否有當地旅遊團
Hỏi xem có dịch vụ tour du lịch địa phương không

例 Bạn có tour du lịch trọn gói nào ổn không?

你們有好的套裝行程嗎？

例 Vâng, chúng tôi có thể sắp xếp giúp bạn một tuor du lịch trong thành phố.

有的。我們可以幫您安排市區旅遊。

你還可以這麼說：
Bạn cũng có thể nói như sau:

▶ Bạn có tour du lịch nào tới viện bảo tàng không?

你們有任何去博物館的旅遊行程嗎？

▶ Có tour du lịch nào tới bờ biển không?

有沒有去海邊的旅遊行程？

▶ Bạn có thể sắp xếp một tour du lịch đêm bằng xe buýt không?

你可以安排夜間巴士旅遊嗎？

7
觀光

→ 詢問行程安排
Hỏi về kế hoạch sắp xếp lộ trình du lịch

🔟 Có nơi nào đặc biệt mà tôi có thể tới tham quan không?

有沒有一些特殊的地方我應該去參觀？

🔟 Chuyến du lịch tới công viên trung tâm thì thế nào?

你覺得中央公園的行程如何？

你還可以這麼說：
Bạn cũng có thể nói như sau:

▶ Tôi nên tham gia tour nào?

我應該參加哪一種行程？

▶ Có nên tới tòa nhà đó tham quan không?

那個大樓值得參觀嗎？

→ 要求推薦旅遊行程
Yêu cầu gợi ý lộ trình du lịch

🔟 Bạn có thể gợi ý cho tôi một loại tour nào đó không?

你推薦哪一種行程？

例 Bạn thấy tour hai ngày thế nào? Nó có bao gồm tới thăm viện bảo tàng và du lịch biển.

兩日遊行程如何？包括博物館和海上旅遊。

你還可以這麼說:
Bạn cũng có thể nói như sau:

▶ Bạn có thể gợi ý cho tôi một vài địa điểm tham quan thú vị không?
你推薦哪一些觀光點？

▶ Bạn thấy chúng tôi nên tham gia tour nào?
你建議哪一種旅遊團？

▶ Bạn có biết địa điểm tham quan nào thú vị không?
你知道任何不錯的觀光景點嗎？

→ 推薦旅遊行程
Lộ trình du lịch được gợi ý

例 Chỉ cần năm triệu đồng, bạn có thể tham quan các phòng trưng bày nghệ thuật hoặc viện bảo tàng.

只要五百萬越南盾。你可以參觀每一個美術館或博物館。

7
觀光

107

例 Tôi muốn thử xem.
我想試試看。

你還可以這麼說：
Bạn cũng có thể nói như sau:

▶ Tôi thích tour này.
我對這個行程有興趣。

→詢問旅遊行程的內容
Hỏi về nội dung của lộ trình du lịch

例 Tour này có tới tham quan phòng trưng bày nghệ thuật không?
旅遊行程有包括美術館嗎？

例 Không, chỉ đi qua đó thôi.
沒有，只有經過美術館而已。

你還可以這麼說：
Bạn cũng có thể nói như sau:

▶ Chúng ta có tham quan phòng trưng bày nghệ thuật không?
我們會參觀美術館嗎？

 ▶ Du lịch đêm bao gồm những hạng mục gì?
夜間旅遊包含哪些？

▶ Tour này có tới tham quan viện bảo tàng không?

這個旅遊行程有包含博物館嗎？

▶ Tour này có tham quan vịnh Hạ Long không?

這個旅遊行程有去下龍灣嗎？

➔ 旅遊行程的種類
Các loại hình du lịch

例 Bạn có những tour du lịch nào?

你們有哪一種行程？

例 Có ba tour : Vịnh Hạ Long, viện bảo tàng, và phòng trưng bày nghệ thuật.

有三種旅遊團，下龍灣、博物館和美術館。

對方還可以這麼說：
Đối phương cũng có thể nói như sau:

▶ Bạn thấy tham quan thành phố bằng xe buýt thế nào?

你覺得市區巴士觀光如何？

▶ Bạn thấy đảo Cát Bà thế nào?

你覺得吉婆島如何？

7
觀光

MP3 108

→旅遊行程花費的時間
Thời gian của một lộ trình du lịch

例 Chuyến du lịch thành phố này kéo dài bao lâu?
這個市區行程要多久的時間？

例 Hai ngày.
要兩天的時間。

對方還可以這麼說:
Đối phương cũng có thể nói như sau:

▶ Trong vòng mấy tiếng?
要花幾個小時的時間？

▶ Mấy giờ kết thúc?
幾點會結束？

▶ Trong vòng bao lâu?
會是多久的時間？

→旅遊團的預算
Ước lượng chi phí cho một tour du lịch

例 Bạn ước tính chi phí là bao nhiêu?
你們的預算是多少？

例 Không quá nhiều. Khoảng năm triệu đồng.

不太多。大約五百萬越南盾。

你還可以這麼說:
Bạn cũng có thể nói như sau:

▶ Chúng tôi chỉ có thể chấp nhận mức chi phí dưới ba triệu đồng.

我們需要把預算控制在三百萬越南盾以下。

→ 旅遊團費用
Chi phí cho một tour du lịch

例 Tour du lịch nửa ngày chi phí là bao nhiêu?

半天的旅遊行程要多少錢？

例 Một người hai triệu đồng.

每一個人兩百萬越南盾。

你還可以這麼說:
Bạn cũng có thể nói như sau:

▶ Tour đó giá bao nhiêu?

那個旅遊行程多少錢？

▶ Tour du lịch một ngày chi phí bao nhiêu?

一日遊的行程費用是多少？

🎵 109

→人數、身分不同的團費
Chi phí cho các đoàn có lượng người và loại hành khách khác nhau

例 Trẻ em thì chi phí bao nhiêu?
小孩子要多少錢？

例 Một bé một triệu đồng.
小孩子每一個人一百萬越南盾。

你還可以這麼說：
Bạn cũng có thể nói như sau:

▶ Người lớn thì chi phí như thế nào?
大人的費用要多少？

▶ Chi phí cho một người là bao nhiêu tiền?
一個人要多少錢？

→旅遊團費用明細
Bảng liệt kê chi tiết chi phí của đoàn du lịch

例 Mức giá của tour này có bao gồm tất cả chi phí không?
行程包括所有的費用嗎？

例 Vâng, bao gồm giá vé khứ hồi và chi phí ăn uống.

是的，包括來回車資和餐費。

你還可以這麼說：
Bạn cũng có thể nói như sau:

▶ Có bao gồm chi phí ăn uống không?
有包含餐點嗎？

▶ Giá này có bao ăn không?
這個價錢有包含餐點嗎？

▶ Có bao gồm hướng dẫn viên du lịch biết nói tiếng Trung không?
有包括會說中文的導遊嗎？

→ 旅遊接送服務
Dịch vụ đón khách

例 Có dịch vụ đưa đón tại khách sạn không?
有沒有到飯店接送呢？

例 Vâng hướng dẫn viên sẽ đợi bạn ở đại sảnh.
是的，導遊會在大廳等你。

➜ 詢問集合的時間與地點
Hỏi thời gian và địa điểm tập trung

🔢 Chúng ta sẽ tập trung khi nào và ở đâu?
我們何地何時集合？

🔢 Ở trước ga tàu, lúc chín giờ sáng.
車站前，九點鐘

➜ 旅遊團出發的時間
Thời gian khởi hành tour du lịch

🔢 Tour du lịch bắt đầu lúc mấy giờ?
旅遊團幾點開始？

🔢 Xe buýt sẽ tập hợp trước khách sạn lúc chín giờ sáng.
巴士早上九點在飯店前集合。

對方還可以這麼說：
Đối phương cũng có thể nói như sau:

▶ Khoảng chín giờ sáng, hướng dẫn viên sẽ tới đón bạn.
導遊會在九點鐘左右來這裡接你。

→ 預約旅遊團
Đặt trước tour du lịch

例 Tôi có thể đặt trước tour du lịch cho ngày mai không?

我能在這裡預約明天（行程）嗎？

例 Vâng, xin cho tôi biết tên của bạn.

好的。請給我您的大名。

你還可以這麼說:
Bạn cũng có thể nói như sau:

▶ Bạn có thể cho hai chúng tôi đặt trước tour này không?

你能幫我們預約兩個人的這個旅遊行程嗎？

→ 參加當地旅遊團
Tham gia tour du lịch địa phương

例 Tôi thích tour du lịch tới tham quan viện bảo tàng.

我對博物館行程有興趣。

例 Vâng, đây là mẫu đăng kí, xin vui lòng điền thông tin vào đây trước.

好的，這是登記表格，請先填寫。

MP3 111

你還可以這麼說:
Bạn cũng có thể nói như sau:

▶ Tôi muốn tham gia tour du lịch thành phố trong vòng một ngày.

我要參加市內的一日遊程。

▶ Tôi muốn tham gia tour du lịch vòng quanh thành phố.

我想要參加市內旅行團。

▶ Tôi muốn tham gia tour du lịch tới các phòng trưng bày nghệ thuật.

我要參加美術館的行程。

▶ Tôi muốn tham gia chuyến du ngoạn trên biển vào ngày mai.

我要參加明天的旅艇行程。

▶ Tôi muốn tham quan thành phố vào ban đêm.

我要參加市區夜間旅遊。

▶ Tôi khá là thích một chuyến du lịch nửa ngày.

我比較想參加半天的行程。

→ 旅遊團自由活動的時間
Thời gian hoạt động tự do khi tham gia tour

例 Chúng ta sẽ nghỉ giải lao ba mươi phút.
我們現在有卅分鐘的休息時間。

例 Chúng ta sẽ dừng chân ở đây trong bao lâu?
我們要在這裡停留多久？

你還可以這麼說：
Bạn cũng có thể nói như sau:

► Chúng ta có thời gian vào xem phòng trưng bày nghệ thuật không?
我們有空進去美術館看看嗎？

► Chúng tôi có thời gian để mua một số đồ lưu niệm không?
我們有時間買一些紀念品嗎？

→ 自由活動結束的時間
Thời gian kết thúc hoạt động tự do

112

例 Chúng tôi phải quay lại lúc mấy giờ?
我們要幾點回來？

例 Xin quay lại xe trước mười một giờ.
請在十一點前回到巴士上。

→門票 Vé vào cửa

例 Vé vào bao nhiêu tiền?
門票是多少？

例 Năm mươi ngàn một người.
一個人要五萬越南盾。

你還可以這麼說：
Bạn cũng có thể nói như sau:

▶ Chi phí cho cả tour có bao gồm cả vé vào
cửa chứ?
門票都是有包括（在費用內）嗎？

→詢問上演的節目
Hỏi về tiết mục được trình diễn

例 Tối nay biểu diễn tiết mục gì vậy?
今晚上演的什麼節目？

例 Múa rối nước.
是水上木偶戲。

詢問開始及結束的時間
Hỏi về thời gian bắt đầu và kết thúc

例 Mấy giờ thì bắt đầu chương trình?
這場秀什麼時候開始？

例 Bảy giờ.
在七點鐘（開始）。

你還可以這麼說：
Bạn cũng có thể nói như sau:

▶ Mấy giờ thì chương trình kết thúc?
這場秀什麼時候結束？

詢問是否可以拍照
Hỏi xem có được chụp hình không

例 Chúng tôi có thể chụp hình trong phòng trưng bày nghệ thuật không?
我們可以在美術館裡拍照嗎？

例 Xin cứ tự nhiên.

請便。

你還可以這麼說：
Bạn cũng có thể nói như sau:

▶ Tôi có thể chụp ảnh ở đây không?

我可以在這裡拍照嗎？

▶ Tôi chụp hình giúp bạn nhé?

我可以幫你拍一張照片嗎？

詢問是否可以幫忙拍照
Hỏi xem có thể chụp hình giúp không

例 Bạn có thể chụp hình giúp tôi không?

可以請您幫我拍一張照片嗎？

例 Chắc chắn rồi.

好啊。

你還可以這麼說：
Bạn cũng có thể nói như sau:

▶ Phiền bạn giúp tôi chụp hình được không?

您介意幫我拍一張照片嗎？

→ 參加當地旅遊的常見問題
Các câu hỏi thường gặp khi tham gia tour du lịch địa phương

例 Nó có nghĩa là gì vậy?
那是什麼意思？

例 Cái đó tiếng Việt gọi là gì vậy?
越文怎麼説那個東西？

例 Bạn có thể giải thích thêm cho tôi được không?
你能解釋給我聽嗎？

PART 8

尋求協助
Tìm sự trợ giúp

➔尋求協助 Tìm sự trợ giúp

⑩ Làm ơn giúp tôi một chuyện với?
請幫我一個忙。

⑩ Chuyện gì vậy?
要幫什麼忙？

你還可以這麼說 :
Bạn cũng có thể nói như sau:

▶ Xin giúp tôi với.
請幫我一個忙。

▶ Có thể phiền bạn giúp tôi một chuyện không?
能請你幫我一個忙嗎？

▶ Tôi cần sự giúp đỡ của bạn.
我需要你的幫忙。

➔救命時 Cứu tôi với

⑩ Cứu tôi với.
救命啊！

⑩ Làm ơn gọi cảnh sát.
請叫警察。

115

⑩ Làm ơn gọi một một ba (113).
請報警。

→ 請對方再說一次
Yêu cầu đối phương nói lại lần nữa

⑩ Làm ơn dịch sang bên kia một chút.
請移過去一點。

⑩ Gì cơ?
請再説一次。

你還可以這麼說:
Bạn cũng có thể nói như sau:

▶ Bạn nói gì cơ?
你説什麼？

▶ Bạn vừa nói gì vậy?
你剛剛説什麼？

→ 提出要求時
Khi đưa ra yêu cầu

⑩ Bạn có cần tôi giúp gì không?
需要我協助嗎？

例 Tôi có thể mượn điện thoại của bạn một lát không?

我能借用你的電話嗎？

你還可以這麼說：
Bạn cũng có thể nói như sau:

▶ Tôi có thể... không?

我可以…？

➜提出問題時 Khi đặt câu hỏi

例 Bạn có cần tôi giúp gì không?

需要我協助嗎？

例 Bạn có biết đây là gì không?

你知道這是什麼嗎？

你還可以這麼說：
Bạn cũng có thể nói như sau:

▶ Bạn có biết tiếng Việt nói thế nào không?

你知道越文要怎麼說嗎？

➜問路 Hỏi đường

116

例 Xin hỏi trung tâm hướng dẫn du lịch ở đâu?

請問，旅客旅遊中心在哪裡？

例 Nó ở ngay góc phố đầu tiên.

就在第一街的角落。

| 你還可以這麼說:
Bạn cũng có thể nói như sau: |

▶ Viện bảo tàng ở đâu?
博物館在哪裡？

▶ Cửa hàng miễn thuế ở đâu?
免稅店在哪裡？

▶ Nhà vệ sinh ở đâu?
洗手間在哪裡？

→問方向 Hỏi phương hướng

例 Bạn có thể chỉ cho tôi cách đi tới đó không?

你可以告訴我如何去那裡嗎？

例 Rẽ phải và bạn sẽ thấy nó.

右轉你就會看到。

Bạn cũng có thể nói như sau:

► Làm cách nào tôi có thể tới được Hà Nội?
我要怎麼去河內？

► Làm cách nào tôi có thể tới được vịnh Hạ Long?
我要怎麼去下龍灣？

► Bạn có thể chỉ cho tôi đường tới viện bảo tàng không?
你可以告訴我去博物館的方向嗎？

► Viện bảo tàng ở hướng nào?
哪一個方向可以去博物館？

➔ 問地點 Hỏi địa điểm

例 Gần đây có đồn cảnh sát không?
這附近有警察局嗎？

例 Vâng, nó ở đằng kia. Đi thẳng và bạn sẽ nhìn thấy nó ở bên phía tay phải của bạn.
有，在那兒。一直往前走你就會看到在你的右手邊。

Bạn cũng có thể nói như sau:

► Nhà vệ sinh ở đâu?
洗手間在哪兒？

MP3 117

► Đồn cảnh sát gần nhất ở đâu?
離這兒最近的警察局在哪裡？

► Quanh đây có đồn cảnh sát nào không?
這附近有警察局嗎？

► Bạn có biết đồn cảnh sát nào quanh đây không?
您知道這附近有任何警察局嗎？

→ 說明路程 Giải thích lộ trình

例 Đồn cảnh sát ở đâu?
警察局在哪兒？

例 Đi thẳng, qua hai dãy phố là tới.
一直走，過兩條街就有。

對方還可以這麼說：
Đối phương cũng có thể nói như sau:

► Rẽ trái và đi thẳng.
左轉再直走。

► Đi qua cổng là tới.
穿過門就到了。

► Nó ở bên tay trái bạn.
在你的左手邊

▶ Đi tới đèn xanh đèn đỏ rẽ phải.
在紅綠燈右轉。

▶ Đi tới đèn xanh đèn đỏ đầu tiên thì rẽ phải.
在第一個紅綠燈右轉。

▶ Đi thẳng cho tới khi đến đèn giao thông, bạn sẽ nhìn thấy nó ở bên tay phải của bạn.
直走到紅綠燈，就在你的右手邊。

走錯路 Đi sai đường

例 Đường này đi tới ga tàu phải không?
這是去車站的路嗎？

例 Bạn đi sai đường rồi.
你走錯路了。

迷路 Lạc đường

例 Bạn có cần tôi giúp gì không?
需要我幫忙嗎？

例 Tôi lạc đường rồi.
我迷路了。

你還可以這麼說:
Bạn cũng có thể nói như sau:

118

▶ Tôi không biết tôi đang ở đâu.
我不知道我現在身在何處？

▶ Tôi đang ở phố nào vậy?
我現在在哪條街上？

▶ Tôi đang ở đâu theo như tấm bản đồ này.
我在地圖上的什麼地方？

▶ Tôi đang ở đâu?
我在哪兒呢？

▶ Tôi đang ở vị trí nào vậy?
我在什麼地方呢？

➜ 指出所在地
Chỉ ra vị trí hiện tại

例 Xin lỗi, tôi bị lạc đường.
抱歉，我迷路了。

例 Bạn ở đây, gần ga tàu.
你在這兒，在車站附近。

➜ 指出相關地點所在地
Chỉ ra địa điểm gần với vị trí hiện tại

例 Vâng, tôi bị lạc đường, bạn có biết viện bảo tàng ở đâu không?

是的，我迷路了。你知道博物館在哪裡嗎？

例 Nó ở bên cạnh quán cà phê đó.

在那家咖啡館的旁邊。

你還可以這麼說：
Bạn cũng có thể nói như sau:

▶ Nó ở đối diện với phòng trưng bày nghệ thuật.

在美術館的對面。

▶ Nó ở ngay phía đối diện với phòng trưng bày nghệ thuật

正對著美術館。

▶ Nó ở giữa hiệu sách và ga tàu.

在書店和車站之間。

▶ Nó ở phía bên này của nhà thờ.

在教堂的這一邊。

▶ Nó ở cuối con đường.

在這條路的盡頭。

MP3 119

➔ 明顯地標
Đặc diểm nhận dạng của địa điểm cần tìm

例 Có gì đặc biệt ở gần nhà ga không?
車站附近沒有明顯的建築物？

例 Có một tòa nhà màu đỏ ở cạnh nhà ga.
車站旁有一棟紅色的建築物。

➔ 車子拋錨 Hỏng xe

例 Bạn có thể giúp tôi khởi động xe không?
可以用你車上的電瓶幫我發動車子嗎？

例 Bánh xe tôi hết hơi rồi.
我的輪胎沒氣了。

例 Xe của tôi bị hỏng khi đang trên đường cao tốc.
我的車在高速公路上拋錨了。

例 Xe của tôi gặp trục trặc.
我的車出了一點問題。

例 Xe của tôi không khởi động được.
我的車就是發不動。

例 Xe tôi bị nổ lốp rồi.
我們的車爆胎了。

例 Xe của tôi bị hỏng rồi.
我的車壞了！

車子發生擦撞
Xảy ra va chạm xe

例 Xe của bạn bị hỏng ở đâu?
你的車是哪裡有問題啊？

例 Chúng ta không nên cãi nhau nữa.
我們不要吵了。

車子加油 Đổ xăng

例 Đổ đầy!
加滿！

PART 9

和警察的互動

Nói chuyện với cảnh sát

MP3 120

➤ 被警察詢問是否有證件
Bị cảnh sát hỏi giấy tờ

例 Bạn có mang theo thẻ căn cước không?
你身上有帶你的身分證嗎？

例 Vâng, tôi có.
有的，我有帶。

對方還可以這麼說：
Đối phương cũng có thể nói như sau:

▶ Bạn có mang theo bất kì loại giấy tờ tùy thân nào không?
你有帶任何的證件嗎？

▶ Thẻ căn cước của bạn đâu?
你的身分證呢？

➤ 被警察要求要求看證件
Bị cảnh sát yêu cầu xuất trình giấy tờ

例 Cho tôi xem giấy tờ của bạn.
證件給我。

例 Xin lỗi, tôi quên đem theo thẻ căn cước.
警官，抱歉，我忘記帶身分證。

9 和警察的互動

MP3 121

對方還可以這麼說：
Đối phương cũng có thể nói như sau:

▶ Cho tôi xem giấy tờ của bạn.
證件給我看。

▶ Có thể cho tôi xem giấy tờ của bạn không?
我可以看一下你的證件嗎？

➜被警察要求要求看護照
Bị cảnh sát yêu cầu xuất trình hộ chiếu

例 Có chuyện gì vậy?
怎麼啦？

例 Cho tôi xem hộ chiếu của bạn.
讓我看看你的護照。

對方還可以這麼說：
Đối phương cũng có thể nói như sau:

▶ Cho tôi xem hộ chiếu và visa của bạn.
讓我看看你的護照和簽證。

▶ Số hộ chiếu của bạn là bao nhiêu?
你的護照號碼是幾號？

➜ 提供證件給警察
Đưa giấy tờ cho cảnh sát

例 Tôi có thể xem giầy tờ của bạn không?
我可以看一下你的證件嗎？

例 Vâng, giấy tờ của tôi đây.
好的，在這裡。

> **9**
> 和警察的互動

你還可以這麼說：
Bạn cũng có thể nói như sau:

▶ Tôi không đem theo bất kì giấy tờ tùy thân
  nào.
  我沒有帶任何的證件。

▶ Tôi có thể cho bạn xem bằng lái xe quốc tế
  của tôi không?
  我可以給你看我的國際駕照嗎？

➜ 被警察質疑證件
Bị cảnh sát nghi ngờ giấy tờ

例 Đây không phải thẻ căn cước của bạn.
這不是你的身分證。

例 Nó là của tôi.
這是我的。

對方還可以這麼說：
Đối phương cũng có thể nói như sau:

▶ Bạn cho tôi xem giấy tờ giả phải không?
你給我假的證件，對吧？

▶ Bạn chắc chắn đây là thẻ căn cước của bạn
chứ?
你確定這是你的身分證？

→ 證件過期 Giấy tờ hết hạn

⑩ Hộ chiếu của bạn hết hạn rồi.
你的護照過期了。

⑩ Thật sao! Không thể như thế được!
真的？一定是弄錯了吧！

對方還可以這麼說：
Đối phương cũng có thể nói như sau:

▶ Bằng lái của bạn sẽ hết hạn vào ngày mai.
你的駕照明天就要過期了。

▶ Giấy tờ này có hiệu lực trong vòng ba
tháng.
這個證件有效期是三個月。

▶ Bằng lái xe của bạn đã hết hạn rồi, nên nó
đã vô hiệu.
你的駕照過期了，所以這是無效的。

→ 被警察告知違法
Bị cảnh sát thông báo đã vi phạm pháp luật

例 Bạn đã vi phạm pháp luật.
我們深信你已經違法了。

例 Tôi không làm sai gì cả.
我沒做錯事。

對方還可以這麼說:
Đối phương cũng có thể nói như sau:

▶ Tôi sợ rằng bạn đã phạm pháp.
恐怕你已經違法了。

▶ Điều đó là bất hợp pháp.
這是違規。

→ 被警察說明禁止事件
Cảnh sát nói rõ đã làm sai việc gì

例 Tôi không được phép làm việc này ở đây?
我不能在這裡做這件事?

123

例 Vâng, bạn không được phép câu cá ở đây.

不可以。這塊海域內禁止垂釣。

對方還可以這麼說：
Đối phương cũng có thể nói như sau:

▶ Không được, ở đây cấm khạc nhổ.
不可以。這裡禁止隨地吐痰。

▶ Không được, khư vực bãi biển này cấm bơi lội.
不可以。這片海灘禁止游泳。

▶ Không được, ở đây cấm hút thuốc.
不可以。這裡抽是禁菸區。

→ 違法事件
Sự việc vi phạm pháp luật

例 Ở đây xảy ra chuyện gì vậy?
這裡發生什麼事了？

例 Điều đó là phạm pháp.
這是違法的。

對方還可以這麼說：
Đối phương cũng có thể nói như sau:

▶ Điều đó là vi phạm pháp luật.

▶ Bạn có biết việc này là vi phạm pháp luật không?
你知道這是違法的嗎？

涉及案件
Liên quan tới vụ việc gì

例 Tôi đã làm gì?
我做了什麼？

例 Bạn bị nghi ngờ giết người.
你涉有殺人罪嫌。

對方還可以這麼說：
Đối phương cũng có thể nói như sau:

▶ Chúng tôi tin rằng bạn đã phạm tội.
我們相信你有犯罪。

▶ Bạn sẽ bị khởi tố tội tàng trữ ma túy trái phép.
你將以持有毒品被起訴。

違反法律 Vi phạm pháp luật

例 Tôi đã vi phạm pháp luật sao?
我有犯法嗎？

MP3 124

例 Việt Nam cấm những hành vi như thế này.

在越南禁止這樣的行為。

對方還可以這麼說:
Đối phương cũng có thể nói như sau:

▶ Theo quy định của pháp luật thì điều này bị cấm.

根據法律，這是禁止的。

→違法的罰單 Phiếu phạt

例 Tôi phải viết cho bạn một phiếu phạt.
我必須開你一張罰單。

例 Tôi xin lỗi, nhưng tôi không cố ý làm vậy.
抱歉，我不是故意這麼做的。

對方還可以這麼說:
Đối phương cũng có thể nói như sau:

▶ Tôi e rằng phải ghi một phiếu phạt cho bạn.

恐怕我得要開你一張罰單。

▶ Tôi sẽ viết phiếu phạt cho bạn.
我要開罰單給你。

▶ Phiếu phạt của bạn đây.
這是你的罰單。

→ 違法的罰款 Khoản tiền phạt

例 Nếu bạn hút thuốc ở đây bạn sẽ bị phạt
tiền.
如果你在這抽煙，你要被罰款。

例 Tôi thật sự xin lỗi, tôi sẽ không tái phạm
nữa.
我真的很抱歉，我不會再這麼做了。

對方還可以這麼說:
Đối phương cũng có thể nói như sau:

▶ Lái xe mô tô không đội mũ bảo hiểm, phạt
năm trăm ngàn.
騎機車未戴安全帽，罰五十萬越南盾。

▶ Bạn bị phạt năm trăm ngàn.
你被罰款五十萬越南盾。

▶ Bạn sẽ bị phạt nếu khạc nhổ trên đường.
你如果在街上吐痰，會遭罰款的。

→ 警察表明身分
Cảnh sát thông báo thân phận

ⓂⓅ③ 125

例 Các ông là ai?

你們是誰？

例 Cảnh sát!

（我們是）警察！

對方還可以這麼說:
Đối phương cũng có thể nói như sau:

▶ Không được động đậy! Cảnh sát đây!

不准動！我是警察！

→ 警察要求動作
Hành động mà cảnh sát yêu cầu
thực hiện

例 Giơ tay lên!

手舉起來！

例 Tôi sẽ làm theo những gì bạn yêu cầu!

我會照著你說的做。

對方還可以這麼說:
Đối phương cũng có thể nói như sau:

▶ Quỳ xuống!

跪下！

▶ Ngồi xuống!

蹲下！

▶ Nằm xuống đất!
趴在地上！

▶ Lùi lại!
退後！

▶ Đến đây!
過來！

▶ Lên xe!
上車。

▶ Từ từ quay lại!
慢慢地轉身！

→ 警察要求看見雙手
Cảnh sát muốn nhìn rõ hai tay

例 Cho tôi thấy tay của bạn!
讓我看到你的雙手。

例 Tôi sẽ làm theo những gì bạn yêu cầu!
我會照著你說的做。

你還可以這麼說：
Bạn cũng có thể nói như sau:

▶ Đặt tay của bạn ở nơi mà tôi có thể nhìn
thấy.
把你的手放在我可以看得見的地方。

MP3 126

► Giơ hai tay lên đầu.
把雙手放在頭上。

► Từ từ bỏ hai tay ra khỏi túi.
慢慢地把你的手從口袋裡拿出來。

被警察喝阻放下武器
Cảnh sát yêu cầu bỏ vũ khí xuống

例 Bỏ vũ khí xuống!
放下武器！

例 Tôi sẽ bỏ xuống ngay bây giờ!
我要放下了。

你還可以這麼說：
Bạn cũng có thể nói như sau:

► Tôi sẽ làm theo yêu cầu của bạn.
我會照做。

► Không vấn đề gì.
沒問題。

► Vâng, vâng.
好，好。

➔ 被警察喝阻不准動
Cảnh sát yêu cầu không được động đậy

例 Không được động đậy!
不准動！

例 Không được bắn.
不要開槍。

對方還可以這麼說：
Đối phương cũng có thể nói như sau:

► Không được động đậy, nếu không tôi sẽ bắn!
不要動，不然我要開槍！

► Không được di chuyển!
不准動！

► Ở nguyên vị trí.
站在原地。

➔ 被逮捕 Bị bắt

例 Bạn đã bị bắt!
你被捕了！

127

例 Tôi muốn gặp luật sư.
我要見我的律師。

你還可以這麼說:
Bạn cũng có thể nói như sau:

▶ Tôi đã làm gì sai? Các ông chắc chắn bắt nhầm rồi.
我做了什麼事？你們一定弄錯了。

▶ Xảy ra chuyện gì vậy?
發生了什麼事？

▶ Có chuyện gì vậy?
怎麼了？

▶ Này, có chuyện gì thế này?
嘿，怎麼回事？

➔ 被銬上手銬 Bị còng

例 Tôi sẽ còng tay bạn.
我要把你銬上手銬。

例 Ông không được làm thế với tôi.
你不能這麼對我。

你還可以這麼說:
Bạn cũng có thể nói như sau:

▶ Nhẹ thôi, đau quá.
輕一點，很痛的。

2
8
7

➡被拘留 Bị tạm giam

🔟 Các ông không có quyền bắt giữ tôi.
你們沒有權力逮捕我。

🔟 Chúng tôi có lệnh bắt!
我們有拘票！

9 和警察的互動

對方還可以這麼說:
Đối phương cũng có thể nói như sau:

▶ Chúng tôi có thể giam giữ bạn trong hai
mươi tư giờ.
我們可以把你拘留廿四小時。

➡被搜索住處
Địa điểm bị lục soát

🔟 Lệnh bắt giữ của các ông đâu?
你們的搜索令呢？

🔟 Đây là lệnh khám xét của tòa án.
這是法院發出的搜查令。

對方還可以這麼說:
Đối phương cũng có thể nói như sau:

128

▶ Chúng tôi là cảnh sát, đề nghị cho chúng tôi vào.
我們是警察，讓我們進去。

▶ Chúng tôi được lệnh khám xét.
我們有搜索票！

▶ Chúng tôi có lệnh khám xét nhà bạn.
我們有搜索令可以搜查你的房子。

警察宣讀權利
Cảnh sát tuyên đọc quyền lợi

例 Tôi không giết anh ta.
我沒有殺他。

例 Bạn có hiểu quyền lợi của mình không?
你是否了解你的權利？

對方還可以這麼說:
Đối phương cũng có thể nói như sau:

▶ Bạn có quyền giữ im lặng.
你有權保持緘默。

▶ Bất kì lời nào bạn nói ra đều có thể trở thành bằng chứng buộc tội bạn trước tòa.
你對警察所言會當成呈堂證供。

▶ Bạn không cần phải nói bất cứ điều gì.
你不必說任何事情。

→ 被帶至警察局
Bị đưa tới đồn cảnh sát

例 Chúng tôi sẽ đưa bạn tới đồn cảnh sát.
我們要帶你去警察局。

例 Tôi vô tội.
我是無辜的。

你還可以這麼說:
Bạn cũng có thể nói như sau:

▶ Ông không thể làm vậy với tôi.
你們不能這樣對待我。

→ 要求有律師在場
Yêu cầu luật sư

例 Tôi không thể thả bạn khi không được cho phép.
沒有允許，我們不能釋放你。

例 Tôi cần luật sư.
我需要一位律師。

MP3 129

你還可以這麼說：
Bạn cũng có thể nói như sau:

▶ Tôi muốn gặp luật sư của tôi.
我要見我的律師。

▶ Tôi muốn gặp luật sư của tôi ngay bây giờ.
我現在就要見我的律師。

→ 提出其他要求
Đưa ra yêu cầu khác

例 Bạn bị buộc tội giết người.
你被指控犯了殺人罪。

例 Tôi muốn gọi một cuộc điện thoại.
我要打電話。

你還可以這麼說：
Bạn cũng có thể nói như sau:

▶ Tôi muốn gặp đại sứ của nước tôi.
我要見我們的大使。

▶ Tôi muốn gặp bố mẹ tôi.
我要見我的父母。

PART 10

發生意外報案

Báo cáo về các trường
hợp ngoài ý muốn

→備案 Lập hồ sơ

📢 Bạn muốn lập hồ sơ vụ án phải không?

你要備案嗎？

📢 Vâng, bạn tôi vừa bị tai nạn giao thông.

是的，我的朋友剛發生車禍。

你還可以這麼說:
Bạn cũng có thể nói như sau:

▶ Vâng, có một vụ cướp trên đường Quang Trung.

光中路發生一起搶案。

▶ Vâng, có người vừa lên cơn đau tim ở chỗ giao nhau giữa đường Quang Trung và đường Hồ Chí Minh.

有一個人在光中路和胡志明路的轉角處心臟病發作。

▶ Vâng, tôi đã chứng kiến vụ tai nạn giao thông đó.

我目睹了交通事故。

10 發生意外報案

→報案 Báo án

📢 Bạn muốn báo án gì vậy?

你要報什麼案件？

MP3 131

例 Bố tôi đốt làm tay tôi bị bỏng nặng.
我的父親燒傷我的手。

你還可以這麼說：
Bạn cũng có thể nói như sau:

▶ Bạn tôi gặp tai nạn ở chỗ giao nhau giữa
đường Quang Trung và đường Hồ Chí
Minh.
我的朋友在光中路和胡志明路的轉角處發生車禍。

▶ Tòa nhà tôi ở trên đường Hồ Chính Minh
xảy ra hỏa hoạn.
在胡志明路我住的大樓發生火災。

➡ 至警察局報案
Đến đồn cảnh sát báo án

例 Tôi muốn báo án về một vụ cướp.
我要報一件搶案。

例 Làm ơn điền vào mẫu đơn này.
請填寫這份表格。

➡ 說明自己的遭遇
Nói rõ những gì bản thân gặp phải

例 Có chuyện gì xảy ra với bạn vậy?
你發生什麼事了？

例 Hai người đàn ông vừa cướp đồ của tôi.
剛才我被兩個人搶劫。

你還可以這麼說：
Bạn cũng có thể nói như sau:

▶ Tôi vừa bị trộm mất ví tiền vài phút trước.
我的皮包幾分鐘前被扒走了。

▶ Có người hành hung tôi.
有人攻擊我。

▶ Tôi bị hành hung.
我被攻擊了。

→ 案件發生的始末
Đầu đuôi sự việc

例 Chuyện xảy ra như thế nào?
這件事怎麼發生的？

例 Tôi cũng không biết, sự việc xảy ra bất ngờ quá.
我也不知道。事情發生得太突然了。

你還可以這麼說：
Bạn cũng có thể nói như sau:

132

▶ Anh ta vô cớ đánh tôi.
他毫無理由就打我。

▶ Một người đàn ông định cưỡng bức tôi.
有一個男人企圖強暴我。

▶ Họ bất ngờ hành hung tôi.
他們突然攻擊我。

▶ Họ không nói gì cả và lấy đi túi xách của tôi.
他們沒有說什麼，就拿走我的背包。

➤ 電話報案
Gọi điện thoại báo án

例 Có một vụ giết người trong tòa nhà của tôi.
我的大樓發生謀殺案。

例 Bạn hãy ở nguyên tại chỗ.
你待在原處。

對方還可以這麼說:
Đối phương cũng có thể nói như sau:

▶ Chúng tôi sẽ phái cảnh sát tới.
我們會派警察過去。

9
7

> Chúng tôi sẽ nhanh chóng tới đó.
我們(警察)很快就會過去。

→ 說明刑事案件內容
Giải thích nội dung vụ án hình sự

📵 Có chuyện gì xảy ra với bạn vậy?
你怎麼啦？

📵 Tôi bị cướp trên đường Quang Trung ngày hôm qua.
我昨天在光中路被搶劫。

你還可以這麼說:
Bạn cũng có thể nói như sau:

> Con tôi bị bắt cóc rồi.
我的孩子被綁架了。

> Hắn ta giật túi xách của tôi.
他搶走我的袋子。

> Có người đột nhập vào nhà tôi.
有人闖進我家。

> Có người chĩa súng vào tôi.
有一個人拿槍對著我。

發生意外報案

🎵 133

➔ 物品遺失 Đồ bị thất lạc

例 Bạn muốn báo án gì vậy?
你要報什麼案件？

例 Tôi bị mất túi.
我把袋子弄丟了。

你還可以這麼說:
Bạn cũng có thể nói như sau:

▶ Tôi để quên túi xách của mình trên xe taxi.
我把袋子遺失在計程車上。

▶ Tôi bị rơi ví ở đâu đó trong công viên vào sáng nay.
我今天早上在公園的某個地方掉了皮夾。

➔ 孩子失蹤 Trẻ em bị mất tích

例 Con tôi mất tích rồi.
我的孩子失蹤了。

例 Bạn có bức ảnh nào của con bạn không?
你有任何孩子的照片嗎？

你還可以這麼說:
Bạn cũng có thể nói như sau:

▶ Tôi không tìm thấy con tôi đâu.

我找不到我的孩子們。

目擊案件發生
Chứng kiến sự việc xảy ra

例 Bạn có tận mắt chứng kiến vụ việc không?

你有目擊意外發生嗎？

例 Vâng, lúc đó tôi đứng ngay chỗ này.

有的，我就站在那裡。

你還可以這麼說：
Bạn cũng có thể nói như sau:

▶ Vâng, lúc đó tôi đang nói chuyện với người bị hại.

有的，我當時和被害人在說話。

描述犯人面貌、衣著
Mô tả khuôn mặt, quần áo của kẻ phạm tội

例 Nghi phạm nhìn như thế nào?

嫌犯長什麼樣子？

🔊 134

例 Mặt hán gầy và bị rám nắng.

他的面孔削瘦，曬得很黑。

你還可以這麼說：
Bạn cũng có thể nói như sau:

▶ Tóc hán nhuộm nâu và để dài.

他有一頭褐色長髮。

▶ Mắt hán có màu nâu đen.

他的眼睛是棕色的。

▶ Là một người đàn ông mặc đồ đen.

是個穿黑衣的男人。

▶ Hán khoảng hơn ba mươi tuổi, mặc một chiếc áo sơ mi đỏ.

他大約三十多歲，身穿紅襯衫。

➔ 描述犯人體型
Mô tả đặc điểm cơ thể kẻ phạm tội

例 Bạn có thể mô tả hán trông như thế nào không?

可以形容一下他的樣子嗎？

例 Hán cao khoảng một mét sáu mươi.

他大概160cm高。

你還可以這麼說:
Bạn cũng có thể nói như sau:

▶ Hán là một người đàn ông vừa cao vừa béo.

他是個又高又胖的男人。

▶ Tên trộm nhìn cao lớn, khoảng tầm bốn mươi năm tuổi.

小偷身材高大，大約四十五歲左右。

➔猜測犯人的年紀
Đoán tuổi của kẻ phạm tội

例 Bạn thấy hán ta khoảng bao nhiêu tuổi?

你想他的年紀是多少？

例 Hán khoảng hơn bốn mươi tuổi.

他大約四十多歲。

你還可以這麼說:
Bạn cũng có thể nói như sau:

▶ Hán khoảng hai mươi năm tuổi.

他看起來廿五歲左右。

▶ Hán còn rất trẻ.

他很年輕。

135

▶ Hán vẫn còn là trẻ vị thành niên.
他是個十幾歲的青少年。

→猜測犯人的身分
Đoán danh tính của kẻ phạm tội

例 Kẻ phạm tội là người miền Nam phải không?
嫌疑犯是南越人嗎?

例 Hán là người miền Bắc.
他是北越人。

你還可以這麼說:
Bạn cũng có thể nói như sau:

▶ Hán là người miền Trung.
他是中部人。

▶ Hán là người miền Bắc và có râu quai nón.
他是一個蓄著山羊鬍的北越人。

→沒有目擊案件發生
Không có nhân chứng

例 Bạn có nhìn thấy hán không?

你看到了那個人嗎？

例 Tôi không thấy gì cả.
我什麼都沒有看到。

你還可以這麼說：
Bạn cũng có thể nói như sau:

▶ Không, trời rất tối.
沒有，天很黑。

→ 目擊證人的指認
Chỉ điểm và xác nhận của nhân chứng

例 Bạn có thể nhận ra anh ta không?
你能指認他嗎？

例 Vâng, tôi nhận ra anh ta.
可以，我認得他。

對方還可以這麼說：
Đối phương cũng có thể nói như sau:

▶ Bạn có nhận dạng được hán không?
你可以指認那個嫌犯嗎？

▶ Bạn có sẵn sàng làm nhân chứng không?
你願意當證人嗎？

🔲 ⓜ 136

→ 說明案件發生過程
Nói rõ tiến trình xảy ra vụ án

🔲 Bạn có thể miêu ta chi tiết tình hình lúc đó không?

能請你詳細描述當時情形嗎?

🔲 Gã to lớn đó cố gắng bắt chuyện với tôi, sau đó tôi phát hiện ví của mình không thấy đâu nữa.

那個大個子男人一直試圖跟我說話。然後我發現我的皮夾不見了。

對方還可以這麼說:
Đối phương cũng có thể nói như sau:

► Nghi phạm đã tấn công bạn như thế nào?

嫌犯怎麼攻擊你?

► Tại sao hán lại tấn công bạn?

他為什麼要攻擊你?

► Bạn có cố gắng tự vệ không?

你曾企圖自衛嗎?

► Bạn có cố gắng chạy thoát không?

你曾企圖逃跑嗎?

► Có kẻ lạ mặt nào cố gắng bắt chuyện với bạn không?

有沒有任何陌生人試著跟你說話?

➔ 案件發生地點
Địa điểm xảy ra vụ án

例 Vụ việc xảy ra ở đâu?
這件事是在什麼地方發生的？

例 Ở trước ga tàu.
在車站前面。

你還可以這麼說:
Bạn cũng có thể nói như sau:

▶ Ở trong ga tàu.
在車站裡面。

▶ Ở ngân hàng.
在銀行。

▶ Tại một quán ăn.
在一家餐廳。

➔ 案件發生時間
Thời gian xảy ra vụ án

例 Vụ việc xảy ra lúc mấy giờ?
這件事故是什麼時候發生的？

例 Sau khi tôi bước ra khỏi tòa nhà.
在我步出大樓後。

你還可以這麼說：
Bạn cũng có thể nói như sau:

▶ Khoảng tám giờ sáng.
大約早上八點。

▶ Vào buổi tối.
在晚上（發生）。

▶ Khi tôi đang nấu bữa tối.
當我煮晚餐的時候。

→警方安撫
Cảnh sát làm yên lòng người dân

例 Tôi vô cùng sợ hãi.
我好害怕。

例 Chúng tôi sẽ xử lý ổn thỏa mọi chuyện.
我們會處理一切的。

對方還可以這麼說：
Đối phương cũng có thể nói như sau:

▶ Chúng tôi sẽ cố gắng hết sức.
我們會盡力。

▶ Chúng tôi sẽ giúp bạn.
我們會幫你的。

▶ Xin hãy bình tĩnh.
冷靜下來。

→ 要求警察抓回歹徒
Yêu cầu cảnh sát bắt tên côn đồ

例 Bạn sẽ bắt được tên cướp đó chứ?
你們會抓回搶劫者嗎？

例 Chúng tôi sẽ tăng cường tuần tra khu vực này hơn trước.
我們會比以前更加強這一帶的巡邏。

PART 11

交通事故

Sự cố khi tham gia giao thông

▶被攔檢 Bị chốt chặn kiểm tra

🔟 Dừng xe!

停車！

🔟 Có chuyện gì vậy?

有什麼不對嗎？

你還可以這麼說：
Bạn cũng có thể nói như sau:

▶ Xảy ra chuyện gì thế?

發生什麼事了？

▶ Tôi đã làm gì sai?

我做了什麼？

▶ Tôi đã vi phạm pháp luật sao?

我違規了嗎？

▶ Tôi đã gây ra vấn đề gì sao?

我有什麼麻煩了嗎？

11 交通事故

▶面對交通臨檢
Gặp phải chốt kiểm tra giao thông tạm thời

🔟 Xảy ra chuyện gì thế?

發生什麼事了？

139

例 Đây là chốt kiểm tra giao thông tạm thời.

這是交通臨檢。

對方還可以這麼說:
Đối phương cũng có thể nói như sau:

▶ Đây là một cuộc kiểm tra định kỳ.

這是例行的檢查。

▶ Đây là công việc thường ngày.

這是例行的工作。

➡ 警察說明臨檢的原因
Cảnh sát nói rõ nguyên nhân lập chốt

例 Tôi đã làm sai điều gì sao?

我有做錯事嗎？

例 Chúng tôi đang lập chốt tạm thời kiểm tra các phương tiện xe bốn bánh.

我們正在做汽機車臨檢。

對方還可以這麼說:
Đối phương cũng có thể nói như sau:

▶ Chúng tôi đang lập chốt tạm thời kiểm tra an ninh giao thông.

我們正在做交通安全臨檢。

▶ Chúng tôi đang truy tìm tội phạm.
我們正在搜尋罪犯。

▶ Chúng tôi đang truy tìm một tù nhân bỏ
  trốn.
我們正在搜尋一名逃獄犯。

→ 被要求配合臨檢
Được yêu cầu phối hợp kiểm tra

例 Xin bước ra ngoài.
請出來。

例 Vâng, thưa ông.
好的，警官。

對方還可以這麼說：
Đối phương cũng có thể nói như sau:

▶ Đặt tay lên vô lăng xe.
把手放在方向盤上。

▶ Đề nghị bạn ở yên trong xe.
請留在車內。

▶ Tối hôm nay bạn đã uống rượu phải
  không?
你今晚有喝酒嗎？

140

▶ Đề nghị bạn mở cửa kính xe.
請搖下車窗。

→ 被臨檢時要求搜查車子
Yêu cầu khám xét xe

例 Thưa cảnh sát, có chuyện gì vậy?
警官，發生什麼事了？

例 Chúng tôi phải kiểm tra xe của bạn.
我們要搜查您的車子。

對方還可以這麼說：
Đối phương cũng có thể nói như sau:

▶ Đề nghị bạn mở cốp xe.
請打開行李廂。

▶ Vui lòng cho tôi xem ngăn chứa đồ của bạn.
請讓我看你的置物箱。

→ 告訴警察自己要拿證件
Nói với cảnh sát rằng mình cần tìm giấy tờ

例 Tôi có thể tìm giấy tờ của tôi không?
我可以找找我的證件嗎？

例 Xin tự nhiên.
請便。

詢問警官身分
Hỏi danh tính của sĩ quan cảnh sát

例 Tôi có thể biết tên, số hiệu và khu vực phụ trách của bạn không?
我能知道你的姓名、警徽號碼及管轄範圍嗎？

例 Đây là thẻ cảnh sát của tôi.
這是我的警察證件。

被警察要求看駕照
Bị cảnh sát yêu cầu xuất trình bằng lái

例 Đề nghị cho tôi xem bằng lái xe của bạn.
給我你的駕照。

例 Đây thưa ông.
在這裡。

141

▶ Và giấy đăng kí xe của bạn nữa.

還有你的汽車行照（給我）。

▶ Đề nghị cho tôi xem bằng lái và giấy đăng kí xe của bạn.

請出示你的駕照及行照。

▶ Tôi cần phải xem bằng lái của bạn.

我必須看一下你的駕照。

➜ 警察說明看證件的原因
Cảnh sát nói rõ lí do cần kiểm tra giấy tờ

例 Tại sao bạn muốn xem chứng minh thư của tôi?

你為什麼要看我的身分證？

例 Đây là chức trách công việc hàng ngày của tôi.

這是例行的工作。

▶ Chúng tôi đang truy tìm một người.

我們正在搜尋一個人。

→ 詢問看駕照的原因
Hỏi nguyên nhân kiểm tra giấy tờ

例 Tôi cần phải kiểm tra bằng lái của bạn.

我必須看一下你的駕照。

例 Để làm gì vậy?

要做什麼用？

你還可以這麼說：
Bạn cũng có thể nói như sau:

▶ Tại sao?

為什麼？

▶ Vì sao vậy?

為什麼？

→ 詢問警察的回應
Hỏi xem hồi đáp của cảnh sát

例 Bạn đang tìm gì trên máy tính vậy?

你在用電腦查什麼？

例 Để kiểm tra xem bạn có thuộc diện những người đang được báo cáo mất tích hoặc tội phạm truy nã không?

看看你是不是通報失蹤人口或懸賞的罪犯。

MP3 142

→ 證件過期 Giấy tờ hết hạn

例 Bằng lái của bạn sẽ hết hạn vào ngày mai.

你的駕照明天要過期了。

例 Bằng lái của bạn hết hạn rồi.

你的駕照已經過期了。

例 Bằng lái của bạn hết hạn từ ngày ba mươi tháng chín rồi.

你的駕照在九月卅日過期了。

例 Giấy đăng kí xe của bạn sẽ hết hạn vào tháng chín năm nay.

你的行照今年九月就要到期了喔！

例 Bảo hiểm xe của bạn hết hạn tháng trước rồi.

你的車險上個月過期了。

→ 不知自己證件過期 Không biết giấy tờ của bản thân bị hết hạn

例 Bằng lái của bạn hết hạn từ tháng chín rồi.

你的駕照已經在九月過期了。

例 Thật sao. Để tôi xem xem.

真的？我瞧瞧。

你還可以這麼說:
Bạn cũng có thể nói như sau:

▶ Không phải vậy chứ?
不會吧？

▶ Cảm ơn bạn đã nhắc nhở!
謝謝你的提醒。

▶ Làm ơn đừng viết phiếu phạt cho tôi.
請不要開我罰單。

→為證件過期找藉口
Biện hộ cho việc giấy tờ bị hết hạn

例 Bằng lái của bạn hết hạn từ tuần trước rồi.

你的駕照在上星期就過期了。

例 Thưa cảnh sát, nó mới chỉ hết hạn mấy ngày trước thôi mà.

警官，只有過期幾天啊！

143

對方還可以這麼說：
Đối phương cũng có thể nói như sau:

▶ Thưa cảnh sát, tôi thật sự không biết nó đã hết hạn.

警官，我真的不知道這件事。

➜ 被質疑不是車主
Bị nghi ngờ không phải chủ xe

例 Bạn là chủ xe phải không?

你是車主嗎？

例 Tất nhiên rồi, thưa cảnh sát. Đó là xe của tôi.

當然是啊，警官。 這是我的車子。

對方還可以這麼說：
Đối phương cũng có thể nói như sau:

▶ Thưa ông, đây là xe của ông phải không?

先生，這是你的車子嗎？

▶ Tôi có thể xem giấy đăng kí chính chủ của chiếc xe này không?

我可以看這輛車的車主身分證件嗎？

→ 車籍資料
Thông tin đăng kí xe

例 Đây là giấy đăng kí xe của tôi.

這是我的行照。

例 Đây không phải là giấy đăng kí xe của chiếc xe máy này.

這不是這部機車的行照。

對方還可以這麼說:
Đối phương cũng có thể nói như sau:

▶ Số hiệu trên giấy đăng kí xe này không phải là số hiệu của chiếc xe này.

這個行照號碼不是這輛車的。

→ 被質疑為贓車
Bị nghi ngờ trộm xe

例 Vâng, có chuyện gì vậy?

警官,有什麼事?

例 Bạn lấy chiếc xe này ở đâu?

你這輛車哪裡來的?

對方還可以這麼說:
Đối phương cũng có thể nói như sau:

MP3 144

▶ Đây là chiếc xe bị đánh cắp.

這是一輛失竊的車。

→ 車子所有權 Quyền sở hữu xe

例 Xe biển số năm một gờ chín hai ba bốn năm là của bạn phải không?

（車號）51G- 923.45 是你的車嗎？

例 Vâng, đó là xe của tôi.

對，是我的車子。

你還可以這麼說：
Bạn cũng có thể nói như sau:

▶ Không. Đó là xe tôi thuê.

不是。我租的。

▶ Không, đó không phải xe của tôi.

不是，這不是我的車。

▶ Không, xe của tôi ở đằng kia, biển số bảy năm a một ba bốn hai hai.

不是，我的車子是在那裡，（車號：75A-134.22）

➔ 不知已違反交通規則
Không biết đã vi phạm luật giao thông

例 Việc này trái phép sao?

這是違規的嗎？

例 Đúng vậy, bạn đã vi phạm luật giao thông.

是的，你已經違反交通規則了。

你還可以這麼說：
Bạn cũng có thể nói như sau:

▶ Tôi không được rẽ phải ở đây phải không?

我不能在這裡右轉？

➔ 被要求停車 Bị yêu cầu dừng xe

例 Dừng xe!

停車！

例 Có chuyện gì vậy, thưa cảnh sát!

警官，有什麼事？

對方還可以這麼說：
Đối phương cũng có thể nói như sau:

▶ Đề nghị bạn dừng xe vào lề đường!

靠邊停車！

▶ Đề nghị tắt máy xe!

把車子熄火！

➔ 警察說明違規事項
Cảnh sát nói rõ việc vi phạm luật

例 Bạn đã lái xe vào làn đường dành cho xe buýt.

你駕駛在公車道上。

例 Tôi không biết đây là làn đường dành cho xe buýt.

我不知道這是公車道。

對方還可以這麼說：
Đối phương cũng có thể nói như sau:

▶ Bạn rẽ trái sai quy định.

你違規左轉。

▶ Bạn vừa vượt đèn đỏ.

你剛闖紅燈。

▶ Bạn quay đầu xe trái luật.

你違規迴轉。

▶ Bạn có biết bạn đang đỗ xe trong khu vực cấm đỗ xe không?

你可知道你停在禁止停車的地方？

▶ Bạn không được sử dụng điện thoại di động khi đang lái xe.

開車不得使用行動電話。

堅稱沒有違規
Quả quyết rằng không vị phạm

例 Đề nghị xuống xe!

請下車。

例 Tôi không phạm luật.

我沒有違規。

你還可以這麼說：
Bạn cũng có thể nói như sau:

▶ Tôi không làm sai gì cả.

我沒有做錯事。

為違規找理由
Tìm lí do cho việc vi phạm

146

例 Bạn đã đỗ xe trái phép. Bạn có nhìn thấy vạch đỏ kia không.

這是違規停車。你有看到紅線吧？

例 Vâng, nhưng tôi mới đậu xe hai phút.

是啊，可是我只停兩分鐘而已。

你還可以這麼說：
Bạn cũng có thể nói như sau:

▶ Nhưng họ bảo tôi rằng có thể đỗ xe ở đây.
但是他們告訴我可以停在這裡。

➜ 配合警察要求
Phối hợp với yêu cầu của cảnh sát

例 Đề nghị kéo cửa kính xe xuống.

請把車窗搖下。

例 Tôi đã vi phạm luật giao thông sao?

我有違規嗎？

對方還可以這麼說：
Đối phương cũng có thể nói như sau:

▶ Đề nghị xuống xe!
請下車。

→ 被要求駛離現場
Bị yêu cầu rời khỏi hiện trường

例 Bạn không được đỗ xe ở đây.

你不能在這裡停車。

例 Tôi xin lỗi!

抱歉，警官。

對方還可以這麼說：
Đối phương cũng có thể nói như sau:

▶ Đề nghị di dời xe của bạn khỏi đây.

請把你的車駛離現場。

→ 警察要求作酒測
Cảnh sát yêu cầu kiểm tra nồng độ cồn

例 Tôi cần làm một vài bài kiểm tra.

我要做一些測試。

例 Tôi không uống rượu.

我沒有喝醉。

對方還可以這麼說：
Đối phương cũng có thể nói như sau:

147

▶ Tôi sẽ hỏi bạn một vài vấn đề.
我要問你一些問題。

▶ Tôi muốn bạn thực hiện một vài bài kiểm tra.
我要你做一些測試。

➜ 違規後的處理
Hướng giải quyết sau khi vi phạm luật

例 Tôi phải làm gì bây giờ?
我現在應該要做什麼？

例 Bạn có thể đi.
你可以走了。

對方還可以這麼說:
Đối phương cũng có thể nói như sau:

▶ Bây giờ bạn có thể đi được rồi.
你可以離開了。

▶ Bạn không được phép rời khỏi đây.
你不可以離開。

→ 禁止停車 Cấm đỗ xe

例 Ở đây cấm đỗ xe.
這裡禁止停車。

例 Vâng, tôi xe dời đi ngay bây giờ.
好的,我現在就開走。

對方還可以這麼說:
Đối phương cũng có thể nói như sau:

▶ Đây là khu vực cấm đậu xe.
這裡是禁止停車區。

▶ Xe của bạn chiếm hai chỗ đậu xe.
你併排停車。

▶ Không được đậu xe trên đường ray.
不要將你的車子停在鐵軌上。

→ 違規停車 Đỗ xe sai quy định

例 Bạn không được đỗ xe cạnh vòi chữa cháy.
你不能停在消防栓旁。

例 Xin lỗi, tôi sẽ dời đi ngay lập tức.
抱歉,我馬上開走。

MP3 148

你還可以這麼說：
Bạn cũng có thể nói như sau:

▶ Tôi xin lỗi, tôi không nhìn thấy.
很抱歉，我沒注意到。

→ 違規規勸 Nhắc nhở vi phạm

例 Việc này rất nguy hiểm, và vi phạm luật.
這很危險，而且違法。

例 Cảm ơn, tôi sẽ không tái phạm nữa.
謝謝你，警官。我不會再犯了。

對方還可以這麼說：
Đối phương cũng có thể nói như sau:

▶ Bạn lái xe quá chậm.
你開太慢了。

▶ Bạn chở quá số người được cho phép.
你超載了。

▶ Bạn không thắt dây an toàn.
你沒繫安全帶。

▶ Bạn không được lái xe khi không có bằng lái xe.
你不可以無照駕駛。

➜闖越路口 Băng qua ngã tư

例 Tại sao lại dừng xe tôi?

你為什麼攔下我的車？

例 Bạn vừa qua đường trái luật.

你剛剛違規穿越馬路。

對方還可以這麼說：
Đối phương cũng có thể nói như sau:

▶ Bạn vừa đi vượt qua vạch dừng xe.
你闖越平交道。

▶ Bạn vừa vượt qua ngã tư trái luật.
你闖越路口。

➜違規肇事 Hỏi về việc vi phạm

例 Tôi đã làm sai chuyện gì?

警官，我做了什麼事？

例 Bạn vừa vượt đèn đỏ và đâm vào một chiếc xe khác.

你闖紅燈又撞了一輛車。

對方還可以這麼說：
Đối phương cũng có thể nói như sau:

▶ Bạn đã đâm phải người đi bộ.

你撞到一個路人了。

→ 機車違規
Vi phạm luật liên quan tới xe máy

例 Bạn không đội mũ bảo hiểm khi lái xe.

你騎機車未戴安全帽。

例 Nhưng mà mũ bảo hiểm của tôi vừa bị trộm mất rồi.

可是我的安全帽被偷了。

對方還可以這麼說：
Đối phương cũng có thể nói như sau:

▶ Xin lỗi, tôi quên mất.

抱歉，我忘了戴。

→ 違規右轉 Rẽ phải phạm luật

例 Tôi đã đi quá tốc độ sao?

我超速了嗎？

例 Không, bạn vừa rẽ phải trái phép.

沒有，但是你違規右轉了。

你還可以這麼說：
Bạn cũng có thể nói như sau:

▶ Tôi nghĩ ở đó được phép rẽ.
我以為我可以在那裡轉。

逆向行駛 Đi ngược chiều

例 Bạn có biết bạn đang lái xe ngược chiều trên đường một chiều không?
你知道你正在單行道上逆向行駛嗎？

例 Đây là đường một chiều sao?
這是單行道？

闖紅燈 Vượt đèn đỏ

例 Bạn có biết bạn vừa vượt đèn đỏ ở đằng kia không?
你知道你剛剛在那裡闖紅燈了嗎？

例 Tôi không nhìn thấy biển báo.
我沒看到標誌。

你還可以這麼說：
Bạn cũng có thể nói như sau:

MP3 150

▶ Đây chắc chắn có sự nhầm lẫn.
一定是個誤會了。

▶ Không, tôi không có.
沒有，我沒有。

▶ Đó không phải tôi.
那個不是我。

➡ 行人違規
Vi phạm luật dành cho người đi bộ

例 Bạn không được băng qua đường ray.
你不可以穿越鐵路。

例 Tôi xin lỗi, tôi không nhìn thấy biển báo hiệu.
抱歉，我沒有注意到標誌。

你還可以這麼說：
Bạn cũng có thể nói như sau:

▶ Làm ơn đừng viết phiếu phạt cho tôi.
請不要開罰單給我。

▶ Làm ơn bỏ qua cho tôi lần này.
請原諒我這一次。

→ 行車勸導
Tuyên truyền hướng dẫn luật giao thông

例 Bạn phải tuân theo tất cả các biển báo và tốc độ giới hạn.
你要遵守所有的號誌及速限。

例 Bạn có biết luật giao thông không?
你知道交通規則嗎？

例 Bạn phải đợi tới khi đèn xanh sáng lên thì mới được đi tiếp.
你應該等綠燈（亮了再走）。

例 Bạn đang đi ngược chiều trên đường một chiều.
你正在單行道上逆向行駛。

例 Bạn phải thắt dây an toàn.
你要繫安全帶。

例 Khi băng qua ngã tư, bạn phải hết sức cẩn thận.
當你過路口時，最好小心點。

MP3 151

→ 超速 Vượt tốc độ

例 Bạn đi quá tốc độ rồi.
你超速了。

例 Vậy sao? Tôi đi với tốc độ khoảng tám mươi ki lô mét trên giờ, đúng không?
有嗎？我的時速才八十(公里)左右，對吧？

對方還可以這麼說:
Đối phương cũng có thể nói như sau:

▶ Bạn lái xe vượt quá tốc độ cho phép.
你的車速超越限速了。

→ 行車速度 Tốc độ lái xe

例 Bạn lái xe với tốc độ một trăm hai mươi ki lô mét trên giờ.
你的時速是一百二十公里。

例 Vậy sao?
我有嗎？

對方還可以這麼說:
Đối phương cũng có thể nói như sau:

▶ Bạn ít nhất vượt quá hai năm ki lô mét trên giờ so với tốc độ cho phép.
你至少超速了廿五公里。

→警官詢問車禍狀況
Viên cảnh sát hỏi về tình hình tai nạn

例 Có ai bị thương không?
有任何人流血嗎？

例 Bạn tôi bị gãy chân trái.
我朋友的左腳斷了。

對方還可以這麼說：
Đối phương cũng có thể nói như sau:

▶ Dường như không có ai bị thương.
好像沒有人受傷。

▶ Chân của bạn có cử động được không?
你的腳可以動嗎？

▶ Xe của bạn có thể khởi động được không?
你的車子可以動嗎？

→警官詢問是否受傷
Viên cảnh sát hỏi xem có bị thương không

例 Bạn có bị thương không?
你受傷了嗎？

152

例 Chân của tôi không cử động được.

我的腳不能動。

對方還可以這麼說:
Đối phương cũng có thể nói như sau:

▶ Bạn không sao chứ?

你還好吧？

▶ Bạn đau ở đâu?

你哪兒痛？

→ 車禍受傷 Bị thương khi tai nạn

例 Có ai bị thương không?

有人受傷嗎？

例 Tôi bị chảy máu.

我流血了。

你還可以這麼說:
Bạn cũng có thể nói như sau:

▶ Tôi đau quá.

我好痛。

▶ Tôi đang chảy máu.

我正在流血。

▶ Chân tôi đau quá.

我的腳痛死了。

▶ Chân tôi có ba chỗ bị chảy máu.
我的腳有三處地方流血了。

▶ Tôi nghĩ anh ấy bị trật khớp mắt cá chân rồi.
我想他的腳踝斷了。

車禍被驚嚇
Bị hoảng sợ sau tai nạn

例 Bạn ổn chứ?
你覺得還好吧？

例 Vâng, tôi ổn. Chỉ là lúc mới đầu tôi hơi sợ một chút.
是的， 我還好，只是剛開始我有一點被嚇到。

你還可以這麼說:
Bạn cũng có thể nói như sau:

▶ Tôi thấy chóng mặt.
我覺得頭暈。

受傷送醫院
Bị thương phải nhập bệnh viện

153

例 Chúng tôi đưa bạn tới bệnh viện.

我們送你去醫院。

例 Cảm ơn nhiều.

謝謝你，警官。

對方還可以這麼說:
Đối phương cũng có thể nói như sau:

▶ Chúng tôi sẽ đưa bạn về nhà.

我們可以載你回家。

▶ Bạn có cần gọi xe cứu thương không?

你需要叫救護車嗎？

→ 盤問所需的手續
Hỏi về các thủ tục cần làm

例 Tôi sẽ không làm mất nhiều thời gian của bạn. Tôi chỉ muốn hỏi một số chi tiết, những thông tin khác tôi có thể hỏi vào ngày mai.

我不會耽擱你太久。我只要知道一些細節，其他的資料我可以明天再問。

例 Không vấn đề gì. Xin cứ hỏi.

沒問題（儘管問）。

你還可以這麼說:
Bạn cũng có thể nói như sau:

▶ Nhưng tôi không nhớ gì cả.
但是我什麼都不記得了。

➤盤問車禍發生原因
Hỏi nguyên nhân xảy ra tai nạn

例 Sự việc xảy ra như thế nào?
事情是怎麼發生的？

例 Sự việc xảy ra vào lúc nào?
什麼時候發生的？

例 Lúc đó bạn đang ở làn đường nào?
你在哪個車道？

例 Bạn đi về hướng nào?
你要往哪裡去？

例 Bạn cách chiếc xe phía trước bạn bao xa?
你和你前面的車子距離多遠？

➤車禍後續處理 Xử lý sau tai nạn

例 Cố gắng giữ nguyên vị trí.
試著留在原地。

例 Không di dời bất cứ thứ gì.

別移動任何東西。

例 Đề nghị không chạm vào bất cứ thứ gì.

請不要碰任何東西。

→ 記下肇事車禍車牌
Viết lại biển số xe gây tai nạn

例 Bạn có nhìn thấy biển số xe không?

你有看見車牌號碼嗎？

例 Có, tôi đã ghi lại số xe.

有的，我記下號碼了。

你還可以這麼說：
Bạn cũng có thể nói như sau:

▶ Bạn tôi đã ghi lại rồi.

我的朋友已經把他記下來了。

▶ Không, tôi không chú ý.

沒有，我沒有注意。

▶ Vâng, nó mang số hiệu bảy năm a hai ba năm một chín.

有的，是 75A- 235.19。

→ 說明肇事原因
Nói rõ nguyên nhân tai nạn

例 Có chuyện gì vậy?
怎麼回事？

例 Anh ta đâm vào tôi.
他撞到我了。

你還可以這麼說:
Bạn cũng có thể nói như sau:

▶ Có một chiếc xe đâm vào xe tôi.
有一部車撞上我的車。

▶ Có người đâm vào xe tôi và bỏ chạy.
另外一個駕駛撞上我的車還逃逸。

→ 承認肇事
Thừa nhận đã gây tai nạn

例 Bạn vừa đâm vào cụ già đó phải không?
你剛剛撞倒老婦人嗎？

例 Tôi xin lỗi thưa cảnh sát, nhưng tôi không
cố ý vượt đèn đỏ.
抱歉，警官，但我不是故意要闖紅燈的。

11
交通事故

155

▶ Nhưng tôi không cố ý thưa cảnh sát.
但是我不是故意的，警官。

▶ Nếu tôi không dừng xe, tôi sẽ đâm phải
đuôi chiếc xe đó.
如果我不停車，我就會撞上那部車的後面。

➡ 請求不要開罰單
Xin đừng ghi phiếu phạt

例 Tôi phải ghi phiếu phạt cho bạn.
我必須開你一張罰單！

例 Bạn có thể bỏ qua cho tôi lần này không?
你不能原諒我這一次嗎？

▶ Đây không phải lỗi của tôi, bạn không thể
ghi phiếu phạt cho tôi được.
這不是我的錯，你不能開我罰單。

▶ Ôi, không!
喔，慘了！

156

越南地名		景點及特色
An Giang	安江	朱篤西安寺、黨山、戰爭遺跡博物館、西貢賽馬場。
Bà Rịa- Vũng Tàu	巴地-頭頓	鯨魚海灘（後灘），昆島，何梅文化與生態旅遊公園，海鮮、世界武器博物館、燈塔、安一問餅、花笠螺、昆島欖仁粒果醬、福海睡蓮火鍋、鹹蛋蛋糕。
Bạc Liêu	薄寮	薄寮鳥園、家亮海灘、薄寮鹽田、XIEM CAN寶塔。
Bắc Giang	北江	黃花探公園、博大寶塔。
Bắc Kạn	北	三海國家森林公園。
Bắc Ninh	北寧	寧福寺、北寧文廟、北寧古城。
Bến Tre	檳椥	椰子島、昆鳳旅遊區。
Bình Dương	平陽	水珠洲生態旅遊區、大南動物園、洲泰寶塔。
Bình Định	歸仁	歸仁海灘、Ky Co海灘、千島嶼、風俠灣。
Bình Phước	平福	博物館，Lam溪旅遊區，光明寺。

越南地名、景點及特色

超簡單！最實用的
旅遊越語

 MP3 157

越南地名		景點及特色
Bình Thuận	平順	白沙丘，紅沙丘，仙女溪，美奈海灘。
Cà Mau	金甌	金甌國際生態旅遊區。
Cao Bằng	高平	Ban Gioc 瀑布，Nam Tra 瀑布，Nguom Ngao 洞。
Cần Thơ	芹苴	蔡讓水上市場，美慶旅遊村，芹苴海灘。
Đà Nẵng	峴港	巴拿山、美溪海灘、山茶半島、峴港大教堂、五行山、韓江、榴槤豆腐腦、廣南米粉、水晶湯粉。
Đắk Lắk	多樂	Bim Bip 瀑布，動湖。
Đắk Nông	得農	Lieng Nung 瀑布，處女瀑布。
Điện Biên	奠邊府	博物館，A1 山。
Đồng Nai	同奈	Tre Viet 旅遊村，Nam Cat Tien 國家公園，Buu Long 旅遊區。
Đồng Tháp	同塔	高瓊生態旅遊區，鳥棲國家公園，蓮葉寺，切橘歷史旅遊區，塔梅蓮花田。

344

越南地名		景點及特色
Gia Lai	嘉萊	T'nung 湖，大團結廣場，富強瀑布，Chu Dang Ya 火山，Kon Jang Rang 自然保護區。
Hà Giang	河江	少數名族的生活方式和文化，梯田。
Hà Nam	河南	Tam Chuc 生態旅遊區，吉祥遺跡區，玉山。
Hà Nội	河內	還劍湖、胡志明陵寢、三十六古街、聖約瑟夫大教堂。
Hà Tĩnh	河靜	Ho Trai Tieu 生態旅遊區，山金生態旅遊區，武光國家公園，天琴海灘。
Hải Dương	海陽	鷺鷥島。
Hải Phòng	海防	塗山風景區、吉婆島、博物館。
Hậu Giang	後江	西都生態旅遊區，Long Ngoc Hoang 自然保護區。
Hòa Bình	和平	秀山瀑布，麥洲旅遊區，天龍洞。
Thành Phố Hồ Chí Minh	胡志明	粉紅教堂、西貢聖母大教堂，統一宮、中央郵局、咖啡公寓、濱城市場、碎米飯、粿條、什錦薄餅包、榴槤餅。

越南地名		景點及特色
Hưng Yên	興安	福林寺，Thu Sy 手工藝村，半月湖。
Khánh Hòa	慶和	芽莊海灘、珍珠島遊樂園、芽莊國家海洋博物館、婆那加占婆塔、蝦餅。
Kiên Giang	堅江	富國島、堅江博物館、富國珍珠島、Tranh 泉、東東鎮夜市。
Kon Tum	崑嵩	Dak Bla河，Chu Mom Ray 國家公園，Yaly 瀑布，Pau Suh 瀑布。
Lai Châu	萊州	Ban Bo 茶園，Phieng Phat 溫泉，Dao San 梯田， Pu Dao 村。
Lạng Sơn	諒山	Dang Mo 瀑布，Huu Lien 生態旅遊區，蘇氏山，母山。
Lào Cai	老街	沙巴、番西邦峰、周末集市、愛情市場、銀瀑布。
Lâm Đồng	林同	大叻天主教堂、達坦拉瀑布、春香湖、楊貝生態公園、博物館、小賣麵包、烤熊婆春捲、魚粥、土鍋米飯。
Long An	隆安	Dong Thap Muoi 生態旅遊區，天福寺，博物館，新立海港。
Nam Định	南定	味川湖，老街，盛龍海灘，橘林海灘，Nui Ngam 生態旅遊區， 興義教堂，牛肉河粉。

越南地名		景點及特色
Nghệ An	乂安	Cua Lo 海灘,Thanh Chuong 茶園,Lan Chau 島,蓮村。
Ninh Bình	寧平	長安風景區、三谷遊湖、白亭塔,碧洞寺,菊芳國家公園、寧平煎米飯。
Ninh Thuận	寧順	Poklong Garai 寶塔,Ca Na 海灘,Hang Rai,Lo O 溪,Cha po 瀑布,博物館。
Phú Thọ	富壽	雄廟,Bach Hac 旅遊區,大悲寺,春山國家公園,Long Coc 茶園,May 瀑布,Mo 瀑布,吃酸肉。
Phú Yên	富安	Tuy Hoa 海灘,Diep Son 島。
Quảng Bình	廣平	風芽格邦國家公園、韓松洞、日麗海灘、煎餅、Banh bot loc(越南餃子)。
Quảng Nam	廣南	會安古城、迦南島、占婆島、海鮮。
Quảng Ngãi	廣義	天印山,My Khe 海灘,Thac Trang 旅遊區,Kon Chu Rang 自然保護區,離山島,Chau Sa 古城。
Quảng Ninh	廣寧	下龍灣、安子、茶古海灘、觀瀾島。
Quảng Trị	廣治	Bich La 古村,Cua Tung 海灘,Con Co 島,廣治古城。

越南地名		景點及特色
Sóc Trăng	朔莊	Nga nam 水上市場，平安生態旅遊區，Som Rong 寺。
Sơn La	山羅	木洲高院，茶園，Pha Luong 山，牛肉乾，酸肉。
Tây Ninh	西寧	Ma Thien Lanh 旅遊區，Ba Den 山，Lo Go 國家公園。
Thái Bình	太平	Con Vanh 海灘，同洲海灘，Con Den 生態旅遊區，Bac Trach 教堂。
Thái Nguyên	太原	Nui Coc 湖，七層瀑布，新剛茶園，仙溪。
Thanh Hóa	清化	Sam Son 海灘，Ben En 國家公園，永安洞。
Thừa Thiên Huế	承天順化	順化皇城、陵墓、順化香江、天姥寺、錢場橋、牛肉豬腳米粉、蜆飯、萍餅、宮廷糖水。
Tiền Giang	前江	新城海灘，Thoi Son 島，Cai Be 水上市場，水果種類豐富。
Trà Vinh	茶榮	紅樹林生態旅遊區。
Tuyên Quang	宣光	博物館，Na Hang 湖，美林旅遊區，五色糯米飯，玉米酒。
Vĩnh Long	永隆	Vinh Sang 旅遊區，茶溫水上市場，美順橋，安平島。
Vĩnh Phúc	永福	三島，Dai Lai 湖，陶藝村。
Yên Bái	安沛	Mu Cang Chai，Thac Ba 湖，Na Hau 自然保護區。

超簡單!最實用的旅遊越語

雅致風靡　典藏文化

親愛的顧客您好,感謝您購買這本書。即日起,填寫讀者回函卡寄回至本公司,我們每月將抽出一百名回函讀者,寄出精美禮物並享有生日當月購書優惠! 想知道更多更即時的消息,歡迎加入 "永續圖書粉絲團" 您也可以選擇傳真、掃描或用本公司準備的免郵回函寄回,謝謝。

傳真電話:(02) 8647-3660　　　電子信箱:yungjiuh@ms45.hinet.net

姓名:	性別:　□男　□女
出生日期:　年　月　日	電話:
學歷:	職業:
E-mail:	
地址:□□□	
從何處購買此書:	購買金額:　　　元
購買本書動機:□封面 □書名 □排版 □內容 □作者 □偶然衝動	
你對本書的意見: 內容:□滿意□尚可□待改進　編輯:□滿意□尚可□待改進 封面:□滿意□尚可□待改進　定價:□滿意□尚可□待改進	
其他建議:	

總經銷：永續圖書有限公司

永續圖書線上購物網
www.foreverbooks.com.tw

您可以使用以下方式將回函寄回。

您的回覆，是我們進步的最大動力，謝謝。

① 使用本公司準備的免郵回函寄回。

② 傳真電話：（02）8647-3660

③ 掃描圖檔寄到電子信箱：

　 yungjiuh@ms45.hinet.net

---

2 2 1 - 0 3

 雅典文化事業有限公司　收

新北市汐止區大同路三段194號9樓之1

雅致風靡　典藏文化